ஞான மாலை

கி. வா. ஜகந்நாதன்

Title: Gnanamaalai

Author: Ki. Va. Jagannathan

Language: Tamil

First Published on: 1960

Year of Publication: 2025

Book Format: Paperback

*Page Size: 6inch * 9inch*

Category: Religious

Subject: Religious Essays

No. of pages: 118

ISBN: 978-81-999253-9-7

Published by: Nilan Publishers, Madurai, Tamilnadu, India

பொருளடக்கம்

குறிப்புகளுக்காக

முன்னுரை

முருகனுடைய பெருமையைப் பாடிய கவிவாணர்கள் முற்காலத்திலும் பிற்காலத்திலும் பலர். திருமுருகாற்றுப் படையில் தொடங்கிய அவன் புகழ் வரவரப் பெருகி வளர்ந்து வருகிறது.

முருகனைப் பாடியவர்களை இரண்டு வகையினராகப் பிரிக்கலாம், தமிழ்ப்புலமை வாய்ந்தவர்கள், முருகன் அருளைப் பெற்றவர்கள் என்று. தமிழ்ப் புலமையும் அருட் பெருக்கும் ஒருங்கே உடையவர்கள் சிலர். அவர்களுள் மிகச் சிறந்தவர் அருணகிரிநாதர். முருகனுடைய அருளநுபவத்திலே ஊறினவர் அப் பெருமான் என்பதை அவருடைய திருவாக்காகிய பாடல்கள் காட்டும். அநுபவ உறைப்பிலே தலைசிறந்தவர் அருணகிரிநாதர் என்பது மாத்திரம் அன்று. அளவினாலும் அவர் பாடியவை மிகுதியாக உள்ளன. அவர் பாடி யவை *(1)* திருப்புகழ், *(2)* கந்தர் அலங்காரம், *(3)* கந்தர் அந்தாதி, *(4)* திருவகுப்பு, *(5)* மயில் விருத்தம், *(6)* வேல் விருத்தம், *(7)* சேவல் விருத்தம், *(8)* கந்தர் அநுபூதி என்பவை.

இவற்றில் திருப்புகழ் வெள்ளம் போலப் பெருகி வந்தது, அருணகிரியார் வாக்கில். பதினாறாயீரம் திருப்புகழ்ச் சந்தப்பாக்களை அவர் பாடினார் என்று வேறு புலவர்கள் பாடியிருக்கிறார்கள்.

சந்தப் பாக்கள் பாடுவதில் அருணகிரி நாதருக்கு இணை அவரே என்று சொல்லவேண்டும். திருப்புகழ்ப் பாக்கள் தமிழ் நாட்டில் வரவரச் சிறப்பெய்தி வருகின்றன. அருணகிரியார் இயற்றிய நூல்கள் யாவுமே முருக பக்தியை உண்டாக்கும் திறம் வாய்ந்தவை.

கந்தர் அநுபூதியைப் பலரும் பாராயண நூலாகக் கொண்டு ஓதி வருகிறார்கள். ஒவ்வொரு பாட்டுக்கும் ஒவ்வொரு யந்திரம் அமைத்துப் பூசிக்கும் வழக்கமும் இருக்கிறது.

இதனை அருணகிரிநாதர் கிளியாக இருந்து ஓதினா ரென்றும், இது ஐம்பது பாடல்களை உடையதென்றும் கூறுவர்.

"கந்த ரநுபூதி சொன்ன கிளி"

- இலஞ்சி முருகன் உலா

நாமுரைக்கும் வார்த்தைகளை
நற்செவிகே ளாதிருக்கும்
ஓமுரைக்கும் பூதியுங்கண்
டுற்றிருக்கும்

"தோற்றும்
அநுபூதி ஐம்பதுமே
ஆருயிர்பே ரின்ப
அநுபூதி நல்கும் அணியென்றும்."

-திருத்தணிகை உலா

இந்தக் கந்தர் அநுபூதிப் பாடல்களிலுள்ள அநுபவ நுட்பத்தைத் தாயுமானவரும் பிறரும் பாராட்டியிருக்கிறார்கள்.

"கந்தரநு பூதிபெற்றுக் கந்தரநு பூதிசொற்ற எந்தையருள் நாடி இருக்கும்நாள் எந்நாளோ!"

-தாயுமானவர்

"சும்மா இருவென சொல்லப் பொருளொன்றும்
அம்மா அறிந்திலமென் றன்றுரைத்த - எம்மான்
அருணகிரி நாதன் அநுபவம்நா யேற்குக்
கருணைபொழி போரூராகாட்டு." -சிதம்பர சுவாமிகள்

கந்தர் அநுபூதி கலி விருத்தங்களால் ஆகியது. திருப்புகழும் திருவகுப்பும் சந்தப் பாக்களால் ஆகியவை, கந்தர் அலங்காரம், கந்தர் அந்தாதி என்பவை கட்டளைக் கலித் துறையால் அமைந்தவை. மயில் விருத்தம் முதலிய மூன் றும் இரட்டையாசிரிய விருத்தங்களால் ஆனவை. இந்த நூல்களில் மிகக் குறைவான சீரால் அமைந்த அடியையுடைய பாடல்களால் ஆனது கந்தர் அநுபூதி. சுருக்கமான உருவத்தைப் பெற்றிருந்தாலும் பொருளால் திட்பமும் நுட்பமும் உடையது இந்த நூல்.

சமயக் கருத்துக்களும் அருணகிரிநாதப் பெருமானுடைய அநுபவக் கருத்துக்களும் விரவி அமைந்த இந்நூல் எளிதில் மனனம் செய்வதற்கு உரியதாக அமைந்திருக்கிறது. காப்பு ஒன்றும் நூல் ஐம்பத்தொன்றும் ஆக ஐம்பத்திரண்டு பாடல்களால் அமைந்திருக்கிறது இது. பிற்காலத்தில் யாரோ இதே சந்தத்தில் பாடல்களைப் பாடி அநுபூதியை நூறு பாடல்களாக்கி வைத்திருக்கிறார். அவற்றின் நடையில் அருணகிரியார் வாக்கிலுள்ள செறிவு இன்மையைக் காணலாம்.

புலமை பழுத்தவர்களின் பாடல்களில் செந்தமிழ்ச் சுவை நன்றாக அமைந்திருக்கும்; சாத்திரக் கருத்துக்களும் விரவி யிருக்கும்: பிறருக்கு உபதேசம் செய்யும் பகுதிகளும் இருக்கலாம். ஆனால் அநுபவ முதிர்ச்சியைக் காட்டும் பகுதிகள் இருப்பதில்லை. மணிவாசகப் பெருமான் திருவாக்கில் அநுபவப் பொங்கலாக வந்த பாடல்கள் பல. சுவையுள்ள விருந்தை உண்டவன் அதை வாயாரப் பாராட்டும் போது, வெறும் சொற்குவைகள் போதாமல் உணர்ச்சி வசப்படுவான். அவனுடைய பேச்சிலே அது நன்றாகத் தெரியும்.

"நாட்டவர் மருளவும் கேட்டவர் வியப்பவும்
கடக்களி றேற்றாத் தடப்பெரு மதத்தின்
ஆற்றே னாக அவயவஞ் சுவைதரு
கோற்றேன் கொண்டு செய்தனன்"

என்றும்,

"தடக்கையின் நெல்லிக் கனியெனக் காயினன்
சொல்லுவ தறியேன் வாழி முறையோ
தரியேன் நாயேன் தான்எனைச் செய்தது
தெரியேன் ஆவா செத்தேன் அடியேற்
கருளிய தறியேன் பருகியும் ஆரேன்
விழுங்கியும் ஒல்ல கில்லேன்"

என்றும்,

"வாக்கிறந் தமுதம் மயிர்க்கால் தோறும்
தேக்கிடச் செய்தனன் "

என்றும் வரும் பகுதிகள் யாவும் மணிவாசகப் பெருமான் தாம் பெற்ற அனுபவ அதிசயப் பெருக்கிலே நின்று பாடியவை. அத்தகைய அநுபவச் சிறப்பை உணர்ச்சி வசப்பட்டுப் பாடுபவர்கள் மிகச் சிலர், அருணகிரிநாதப் பெருமான் மணிவாசகப் பெருமானை ஒத்தவர்.

"கரணமு மொழியத் தந்த ஞானம்
இருந்த வாறென்"

'அவமே பிறந்தஎனை இறவாமல் அன்பர்புகும்
அமுதா லயம்பிறவி அருள்வோனே'

என்று திருப்புகழிலும்,

"ஏழையி னிரட்டைவினை யாயதொ ருடற்சிறை
இராமல்விடு வித்தருள் நி யாயக்காரனும்"

"எனதுமன சிற்பரம சுகமவுன கட்கமதை ·
யமன்முடி துணிக்கவிதி யாவைத்த பூபதியும்
எழுமையு மெனைத்தனது கழல்பரவு பத்தனென
இனிதுகவி யப்படிப்ர சா தித்த பாவலனும்"

என்று திருவகுப்பிலும்,

**"பேற்றைத் தவஞ்சற்று மில்லாத
என்னைப்ர பஞ்சமென்னும்
சேற்றைக் கழிய வழிவிட்டவா"**

**"அரும்புந் தனிப்பர மானந்தம்
தித்தித் தறிந்த அன்றே
கரும்பும் துவர்த்துச்செந் தேனும்
புளித்தறக் கைத்ததுவே"**

என்று கந்தர் அலங்காரத்திலும்,

**"சும்மா இருசொல் அறஎன் றலுமே
அம்மா பொருளொன் றுமறிந் திலனே"**

**"ஞானா கரனே நவிலத் தகுமோ
யானா கியஎன் னைவிழுங் கிவெறுந்
தானாய் நிலைநின் றதுதம் பரமே"**

**"நேசா முருகா நினதன் பருளால்
ஆசா நிகளந் துகளா யினபின்
பேசா அநுபூ திபிறந் ததுவே"**

என்று கந்தர் அநுபூதியிலும் அவர் பாடியுள்ளவற்றைப் பார்த்தால் இந்த உண்மை விளங்கும். மேலே காட்டியவை சில எடுத்துக்காட்டுகள். இவற்றைப்போல முருகன் அருள்நுபவத்திலே சொக்கிப்போய் நின்று பாடிய பகுதிகள் பல. அவற்றைப் படிக்கும்போதே நமக்கு ஒருவகையான கிளுகிளுப்பு உண்டாகும். பலகாலும் இந்தப் பாடல்களிலே தோய்ந்து தோய்ந்து பயின்றால் நம்மை அறியாமலே நமக்கு ஒருவகையான உணர்ச்சி தட்டுப்படும்.

அருணகிரிநாதப் பெருமானுடைய திருப்பாடல்களில் மூன்று பகுதிகள் உண்டு. ஒன்று முருகனைப் பற்றியது மற்றொன்று உலகியலில் ஈடுபட்டுக் கிடக்கும் நிலையைப் பற்றியது. மூன்றாவது இறைவன் அருளால் பெற்ற அநுபவ நிலையைப் பற்றியது.

இந்த மூன்று நிலைகளிலும் அருணகிரியார் பிறர் வாக்கிலே காணாத பல கருத்துக்களை அருளியிருக்கிறார். முருகனுடைய புகழை உணர்த்தும் நூல்கள் வடமொழியிலும், தென்மொழியிலும் பல. ஆகமம், புராணம், துதி நூல்கள் என்ற வகையில் அமைந்த அவை அவனுடைய தத்துவத்தையும் திருவிளையாடலையும் கூறுகின்றன. அவற்றில் காணாத பல செய்திகள் அருணகிரியார் வாக்காகிய திருப்புகழ் முதலியவற்றில் வருகின்றன.

உலகியலைப் பற்றிச் சொல்வதில் அருணகிரிநாதரை மிஞ்சியவர் யாருமே இல்லை யென்று சொல்லிவிடலாம். இறையருளின்பம் பெறுவதற்கு மாறான துறைகளை யெல்லாம் அவர் மிக விரிவாக எடுத்துரைக்கிறார். காமம் என்ற பேயால் விளையும் அலங்கோலங்களை எத்தனையோ வகை யில் அக்கு வேறு ஆணி வேறாக எடுத்துச் சொல்லி யிருக் கிறார். பெண்மயலால் விளையும் விளைவுகளை யெல்லாம் தம் மேல் ஏற்றிக்கொண்டு, "நான் இவ்வாறு உழலலாமா?" என்று பாடியிருக்கிறார். அவற்றை அவருடைய அநுபவங்கள் என்று சொல்வது முறையன்று. உலகத்தவர் பாலுள்ள கருணையால் உலகில் மிகுதியாக உள்ள நோய் அதுதான் என்று அறிந்து, அதனினின்றும் நீங்க வேண்டுமென்று முருகனிடம் விண்ணப்பித்துக் கொண்டிருக்கிறார். அநுபவ நிலையில் நின்று பாடிய பாடல்களும் மிகச் சிறந்தவை. தாயுமானவரே,

"ஐயா அருணகிரி அப்பா உனைப்போல
மெய்யாக ஓர்சொல் விளம்பினர்யார்?"

என்று பாராட்டுகிறார்.

அநுபவம் என்பது வெவ்வேறு நிலைகளில் வெவ் வேறாக இருக்கும். முடிந்த முடிவான அனுபவமே முத்தி யென்பது, அதற்குமுன் உண்டாவது சீவன் முத்தி நிலை.

இறைவன்பால் அன்பு உண்டாகி மற்றப் பொருள்களில் உள்ள பற்று மெல்ல மெல்லக் கழலும் போது நிலை உயர்ந்து வரும்.

அவ்வப்போது அந்த அந்த நிலைக்கு ஏற்ற மெய்ப்பாடுகள் உண்டாகும்; அநுபவம் நிலவும். இனிப்பின் அநுபவம் என்பது ஒன்றே என்று தோன்றினாலும், மாம்பழத்தை உண்ணும்போது உண்டாகும் இனிப்பு அநுபவமும், பலாப்பழத்தை நுகர்கையில் உண்டாகும் அநுபவமும், வாழைக் கனியினால் ஏற்படும் அநுபவமும், கற்கண்டு தேன் ஆகியவற்றால் விளையும் அநுபவமும் வெவ்வேறாகவே இருக்கும். அப்படியே, பக்தி அநுபவமும் வரவர மேலோங்கி வரும். இப்படிப் பல நிலைகள் இருப்பதை அருள் வழியிலே செல்லுகிறவர்கள் சிறிதளவாவது உணரக்கூடும். அருணகிரியார் திருப்பாடல்களில் இந்த நிலைகள் பலவற்றைப் பார்க்கலாம்.

இறைவன் திருவருளால் அவர் புலமை பெற்று அவன் புகழைப் பாடி அவன் பால் உபதேசம் பெற்று மெல்ல மெல்ல அருள் இன்ப அநுபவத் துறையில் ஏறி வந்தவர் என்பதை அவர் பாடிய அநுபவ நிலைப் பாட்டுக்களில் உள்ள வெவ்வேறு வகை உணர்ச்சி வெளியீடுகள் தெளிவுறுத்தும். இறைவன் ஒருவன் உளன் என்பதும், உலகில் உண்பதும் உறங்குவதும் புலன்களுக்குரிய நுகர்ச்சிகளைப் பெறுவதுமாகியவற்றை யன்றி வேறுவகையான அநுபவம் நிச்சயமாக உண்டு என்பதும், மனிதன் இறையருளை நம்பி முயன்றால் அந்த அனுபவம் கிடைக்கும் என்பதும், நாம் எத்தனை அறியாமையில் உழன்றாலும் அதனை மாய்க்க வல்ல பெருங்கருணையாளன் இறைவன் என்பதும், அவன் அருள் அடைய இன்ன காலம் இன்ன இடம் இன்ன நிலையுடையார் என்ற வேறுபாடு இன்றி முயன்றால் யாவரும் அவ்வின்பத்தைப் பெறலாம் என்பதும் அருணகிரி நாதர் திருவாக்கிலே ஆழ்ந்து நின்றால் புலனாகும். நம்முடைய அவல நிலையை மட்டும் அவர் சொல்லி யிருந்தால் இந்தத் தெளிவு நமக்கு உண்டாகாது. தாம் பெற்ற பல வகையான அநுபவங்களையும் வியப்போடும் பெருமிதத்தோடும் சொல்லும்போதுதான் நம்பிக்கையும்,

நாமும் முயன்று பெறவேண்டும் என்ற ஆசையும் நம்பால் எழுகின்றன.

அருணகிரிநாதர் இயற்றிய நூல்களில் மற்றொரு சிறப்பு உண்டு.அவர் மிகச் சிறந்த சமரச வாதி. தமக் கென்று வரையறையாக ஒன்றையும் மேற்கொள்ளாமல் எதுவானாலும் சரியென்று தலையை யாட்டும் போலிச் சமரச வாதியல்லர். முருகனை வாயாரப் பாடுவார்; அதற்காக மற்றத் தெய்வங்களை இழிவுபடுத்த மாட்டார். இராம கிருஷ்ண பரமஹம்சர் சொல்வது போல, அருணகிரியா ராகிய கற்புக்கரசி முருகனையே நாயகனாகக் கொண்டவள். மற்றத் தெய்வங்கள் யாவும் மரியாதையுடனும் அன்புடனும் பழகும் புக்ககத்து உறவினர்கள். சிவபிரான் புகழும் உமாதேவியின் புகழும் பல இடங்களில் அவர் பாடல்களில் வரும்; அது வியப்பன்று; திருமாலுடைய புகழும் மிகச் சிறப்பாக அங்கங்கே விரவி வரும். இந்த மனப்பான்மையின் வளர்ச்சியே இந்த இருபதாம் நூற்றாண்டுக்குரியது. ஸ்ரீராம கிருஷ்ணரும் விவேகானந்தரும் மகாத்மா காந்தியும் சமரச பாவத்தையே வற்புறுத்தினார்கள். அருணகிரிநாதர் மிகப் பழங்காலத்திலேயே அதைச் சொன்னார்.

அருணகிரியார் பிரபுட தேவராயன் காலத்தில் வாழ்ந்தவர் என்று திருப்புகழில் அவன் பெயரைக் குறிப்பிட்டிருப்பதால் தெரியவருகிறது. அவன் 15-ஆம் நூற்றாண்டின் இடையில் வாழ்ந்தவன். ஆதலில் அருணகிரியார் இற்றைக்கு ஐந்நூறு ஆண்டுகளுக்குமுன் வாழ்ந்தவர் என்று புலனாகிறது. அக்காலத்தில் மக்கள் கண்டதே காட்சி, கொண்டதே கோலமாகத் திரிந்து உலகியலின்பமே பெரிதாக மயங்கி யிருத்தல் வேண்டும். பல பல சிற்றரசர்கள் தாம் பொருளும் பதவியும் பெற்றதற்குப் பயன் உலக இன்பத்தை முழுமூச்சாக நுகர்வதே என்றெண்ணி, அப்படியே வாழ்ந்தார்கள். இவற்றை யெல்லாம் கண்ட அருணகிரிநாத முனிவர் அவர்கள் வாழ்க்கையை வெறுத்தார், உலகத்தவர் குற்றங்களைத் தம்மேல் ஏறட்டுக் கொண்டு பாடினார்.

அருணகிரியார் தமிழில் புலமை பெற்றிருந்ததோடு வடமொழியிலும் நல்லறிவு வாய்ந்திருந்தவர். அவருடைய பாடல்களில் வடமொழி மிகுதியாக விரவி வருகின்றது. சேர்ந்தாற்போல் பல வடமொழிச் சொற்றொடர்களைத் தொடுத்துப் பாடியிருக்கிறார். கந்தர் அநுபூதியிலும் அருணகிரியாருக்கே உரிய பொது இயல்புகள் பலவற்றைக் காணலாம்.

வாரந்தோறும் கந்தர் அநுபூதியில் ஒரு பாட்டுக்கு விளக்கவுரை சொல்லும் வாய்ப்பு எனக்கு மூன்று முறை கிடைத்தது. முதலில் கந்தசாமி கோயில் மெத்தைமண்டபத்திலும் அப்பால் சிந்தாதிரிப்பேட்டையிலும் பின்பு மாம்பலத்திலும் அநுபூதி விரிவுரை யாற்றினேன். தேனாம்பேட்டையில் உள்ள பாலசுப்பிரமணிய சுவாமி திருக்கோயிலில் மூன்று ஆண்டுகள் கந்தர் அலங்கார விரிவுரையை ஆற்றிய பிறகு கந்தர் அநுபூதி விரிவுரையை நான்காம் முறையாக ஆற்றத் தொடங்கினேன். அருள்வாக்காதலின் அதில் ஆழ ஆழப் புதிய புதிய கருத்துக்கள் தோன்றின. வரவர அருணகிரியார்பால் உள்ள மதிப்புப் பெருகி வருகிறது.

1959-ஆம் ஆண்டு பிப்ரவரிமாதம் *5*-ஆம் தேதி இந்த விரிவுரை தொடங்கியது. அது முதல் ஒவ்வொரு வியாழனன்றும் நடைபெற்று வருகிறது அலங்கார விரிவுரைகளை என் கெழுதகை நண்பராகிய திரு. அனந்தன் சுருக்கெழுத்தில் எடுத்துத் தட்டெழுத்தில் வடித்துத் தந்தார். அவர் தந்தவற்றைப் பார்த்துத் திருத்திப் புத்தக உருவத்தில் வெளியிட இறைவன் திருவருள் பாலித்தான். அந்த வெளி யீடுகள் மலர்ந்து வருகின்றன. அநுபூதிச் சொற்பொழிவு களையும் அவரே சுருக்கெழுத்தில் எடுத்து உதவி புரிய முன் வந்தார். இப்போது இந்த விளக்கவுரைகளையும் புத்தக உருவில் வெளியீடும் முயற்சி தொடங்கி யிருக்கிறது.

அநுபூதி விரிவுரையை முதல் முறையாக ஆற்றிவந்த போது உடனிருந்து கேட்டவரும், அல்லயன்ஸ் கம்பெனியை நிறுவியவருமாகிய அமரர் வி. குப்புசாமி ஐயரவர்கள்,

அப்போது அநுபூதிக்கு விரிவுரை எழுதித் தந்தால் புத்தகமாக வெளியிடலாமென்ற தம் விருப்பத் தைத் தெரிவித்தார்; பலகால் வற்புறுத்தினார். "அநுபூதி விரிவுரை எழுதினால் உங்களுக்கே கொடுக்கிறேன்" என்று உறுதி மொழி புகன்றேன். அப்போது பெரிய புத்தகமாக ஒன்றை எழுதலாம் என்று நினைத்தேன்.

இப்போது முருகன் திருவருளால் சொற்பொழிவுகளே நூலுருவாகும் வாய்ப்புக் கிடைத்திருக்கிறது. ஆனால் குப்புசாமி ஐயரவர்கள் முருகன் திருவடியை அடைந்து விட்டார். ஆயினும் நான் கொடுத்த உறுதிமொழியை மாற்றக்கூடாது என்று கருதி இவ்வெளியீடுகளை அல்லயன்ஸ் வெளியீடாகவே கொண்டுவர இசைந்தேன். ஸ்ரீ குப்புசாமி ஐயரவர்களுடைய புதல்வர்கள் தம் தந்தையார் நினைவை எழுப்பும் இந்த அநுபூதி மாலையை நல்ல முறையில் வெளியிடுவதாக அன்புடன் ஏற்றுக் கொண்டார்கள்.

என்பால் அளவற்ற அன்பும் இறைவனிடம் ஆழ்ந்த பக்தியும் சுருக்கெழுத்துக் கலையில் நவல தேர்ச்சியும் உடைய ஸ்ரீ அனந்தன் என் சொற்பொழிவுகளை எடுத்து உருவாக்கியிராவிட்டால் இந்தப் புத்தகங்கள் இந்த முறையில் வெளிவரல் முடியாது. முருகனே அவரை இதற்குக் கருவியாகக் கொண்டுவந்து விட்டிருக்கிறான் என்று நம்புகிறேன். அவருக்கு என்னுடைய நன்றியைத் தெரிவிக்கச் சொற்கள் போதா. உள்ளத்து உணர்ச்சியை எப்படிச் சரியாகச் சொல்லிலே வடிக்கமுடியும்? என்றும் இளையபிரான் அவருக்கு எல்லா நலங்களும் அருளவேண்டு மென்று வாழ்த்துகிறேன். கந்தர் அநுபூதி விரிவுரை ஆற் றும்படி சொல்லி எனக்கு ஊக்கம் தந்த தேனாம்பேட்டை ஸ்ரீ பாலசுப்பிரமணியக் கடவுள் ஆலய தர்மகர்த்தர்களுடைய அன்பை நான் மறவேன்.

இந்த மாலையை வெளியிட முன் வந்த அல்லயன்ஸ் கம்பெனியாருக்கு என் நன்றி உரியது.

கருணைமிகு பேராளன் அருணகிரி மாமுனிவன்
கவினார் செஞ்சொற்
பொருண்மலியத் தருகந்தர் அநுபூதி விளக்கவுரை
பூர்த்தி யாக
உருவுடைய நூல்வரிசை யாகிவர அருள்புரிகென்
றுள்ளத் துள்கி
முருகனடி வணங்குகின்றேன் அவன்நாமம் பேரன்பின்
மொழிகின் றேனே.

காந்த மலை

சென்னை-*28*

கி. வா. ஜகந்நாதன்

22-4-60

ஞான மாலை

தமிழ் நாட்டுச் சமயங்கள்

தமிழ் நாட்டில் பல காலமாக உள்ள சமயங்கள் வைணவமும், சைவமும். இந்த இரண்டும் இந்த மண்ணோடு ஒட்டியவை. வேறு பல சமயங்கள் இந்த நாட்டுக்கு வந்தாலும் இந்த இரண்டையும் மாற்ற முடியவில்லை. தமிழ் நாட்டுக்கு இவை ஒட்டிப் பழகிய சமயங்கள் என்ற செய்தியை இலக்கண நூல்களின் மூலமாகவும் தெரிந்து கொள்ளலாம். தமிழ் இலக்கணத்தில் நிலத்தை ஐந்து வகையாகப் பிரித்திருக்கிறார்கள். குறிஞ்சி, பாலை, முல்லை, மருதம், நெய்தல் என்பவை அவை. மலையும் மலையைச் சார்ந்த இடமும் குறிஞ்சி என்றும், ஒன்றும் விளையாமல் இருக்கிற இடம் பாலை என்றும், காடுகள் அடர்ந்த இடம் முல்லை என்றும், வயல் நிறைந்துள்ள இடம் மருதம் என்றும், கடலும் கடலைச் சார்ந்த இடமும் நெய்தல் என்றும் வகுத் திருக்கிறார்கள். அந்த அந்த இடங்களுக்கு ஏற்ற இயல்புகளை எல்லாம் கண்டு வரையறுத்துச் சொல்லியிருக்கிறார்கள். ஒவ்வொரு நிலத்திற்கும் ஒவ்வொரு தெய்வத்தை அமைத்திருக்கிறார்கள்.

அந்த வகையில் முதல் நிலமாகிய குறிஞ்சிக்குத் தெய்வம் முருகன்; பாலைக்குத் தெய்வம் காளி; முல்லைக்குத் தெய்வம் திருமால்; மருதத்திற்குத் தெய்வம் இந்திரன்; நெய்தலுக்குத் தெய்வம் வருணன். சைவர்கள் கும்பிடுகிற முருகனும், வைணவர்கள் கும்பிடுகிற திருமாலும் குறிஞ்சி, முல்லை இவற்றுக்குரிய தெய்வங்களாக விளங்குகிறார்கள். இலக்கணம் செய்தவர்கள் சைவர்களாகவும் இருப்பார்கள்; வைணவர்களாகவும் இருப்பார்கள், அவர்கள் இந்த

வரையறையை மாற்றுவது இல்லை. அதைவிடப் பெரும் சிறப்பு ஒன்று உண்டு அகப்பொருள் இலக்கணத்தை ஜைனரும் பௌத்தரும் இயற்றியிருக்கிறார்கள். கிறிஸ்துவரும் இயற்றியிருக்கிறார். அவர்களும் அந்த அந்த நிலத்திற்கு, முன்னாலே உள்ள தெய்வங்களையே தெய்வங்களாகச் சொல்லியிருக்கிறார்கள்.

ஜைன மதத்தைச் சேர்ந்த நாற்கவி ராச நம்பி என்பவர் 'அகப்பொருள் விளக்கம்' என்ற நூலை இயற்றியிருக்கிறார். அதிலும் குறிஞ்சிக்குத் தெய்வம் முருகனே. முல்லைக்குத் திருமாலே. அதுபோல வீர சோழியம் என்ற நூலை இயற்றிய புத்தமித்திரர் என்ற பௌத்தரும் சொல்லியிருக்கிறார். பிற்காலத்தில் இத்தாலி நாட் டிலிருந்து வந்த கிறிஸ்துவராகிய வீரமாமுனிவர் தொன்னூல் என்னும் இலக்கண நூலை இயற்றினார். அதில் அகப்பொருள் பற்றிய பகுதியில் குறிஞ்சி முதலிய திணைகளுக்கு முருகன் முதலிய தெய்வங்களையே சொல்லியிருக்கிறார். அவர்கள் தங்கள் தங்களுடைய சமயத்தெய்வங்களை வைத்துச் சொல்லி இருந்தாலும் யாரும் அடிக்கப்போவதில்லை ஆனாலும் இந்த நாட்டு மண்ணோடு ஒட்டிய தெய்வங்களை அவர்களும் மாற்றவில்லை.

சிவபெருமானுடைய மகனாகிய முருகப் பெருமான் முன்னாலே சொன்னபடி முதல் திணைக்குத் தெய்வம். முருகனைப் பற்றிய விரிவான செய்திகளும், வழிபாடுகளும் தமிழ்நாட்டில் பரந்திருக்கின்றன. வடநாட்டில் அவனைப் பற்றிய செய்திகள் மிக அருமையாகக் காணப்படுகின்றன. வடநாட்டில் உள்ளவர்கள் முருகனைக் கார்த்திக் என்று சொல்லி வழிபடுகிறார்கள். அவனைத் திருமணம் ஆகாத பிரம்மசாரி என்று நினைத்துப் பெண்கள் தரிசிப்பது இல்லை. ஆனால் தமிழ் நாட்டிலோ இந்தப் பெருமானுடைய பெருமையை மிக விரிவாகத் தெரிந்து கொண்டு பாடிப் போற்றி வழிபடுகிறார்கள். பலவிடங்களில் அவனுடைய திருக்கோயில்கள் விளங்குகின்றன. முருகனை நம்பி வாழ்ந்த பக்தர்கள் பலர். இன்றும் பலர் உண்டு. தமிழில் மிகப் பழங்காலம் தொட்டுப் புலவர்கள் அப்பெருமானைப்

பாடியிருக்கிறார்கள். பரிபாடல் என்னும் சங்க நூலில் முருகப் பெருமானின் புகழ் மிக விரிவாகக் காணப்படுகிறது. திருமுருகாற்றுப்படை நக்கீரர் என்ற பெரும்புலவரால் இயற்றப்பட்டது. அந்த நூல் முழுவதும் முருகனுடைய பலவகைப் பெருமைகளைச் சொல்கிறது. வேறு சங்க நூல்களிலும் ஆங்காங்கே முருகனைப் பற்றிய குறிப்புகள் பல கிடைக்கின்றன. அவனுடைய திருவுருவ வருணனையும், வீரச் செயல்களும், படைகளும், ஊர்தி, கொடி முதலியனவும் பல்வேறு புலவர்களால் பாராட்டப் பெறுகின்றன.

மிகப் பழங்காலம் தொட்டே முருக வழிபாடு இந்த நாட்டில் வெவ்வேறு வகையில் இருந்து வருகிறது. இடத்திற்கு இடம் மக்களுடைய வசதிக்கும், நாகரிகத்துக்கும், பண்பாட்டுக்கும் ஏற்றபடி அவன் வழிபாடுகள் இருந்து வந்தன. அவனுடைய ஆறெழுத்தை உச்சரித்து, பிரம்மசரியம் காத்து, தவம் நிறைந்தவர்களான அந்தணர்கள் போற்றி வந்தார்கள். ஊரில் உள்ள மக்கள் விழாவெடுத்துக் கும்பிட்டார்கள். குறிஞ்சி நிலத்தில் உள்ள குறவர்கள் ஆட்டை வெட்டி, இரத்தம் கலந்த தினை அரிசியை வைத்து வழிபட்டார்கள். முருகனுடைய வழிபாடு மிக உயர்ந்த பண்பாடு உடையவர்களிடமும் இருந்தது; தாழ்ந்த வாழ்க்கை உடையவர்களிடமும் இருந்தது. அவன் சத்துவ குணமுடைய முனிபுங்கவர்களிடையே பெரும் கடவுளாக விளங்கினான்; புலால் உண்ணுகின்ற மக்களிடையேயும் வீரப் பெருங் கடவுளாக விளங்கினான்.

பிற்காலத்தில் முருகப்பெருமானுடைய வழிபாடு பின்னும் விரிவாகியது. முருகனைப் பற்றிய நூல்கள் அளவுக்கு மிஞ்சி எழுந்தன. வட மொழியில் உள்ள கந்தபுராணத்தைக் கச்சியப்ப சிவாசாரியார் தமிழில் மொழி பெயர்த்தார். மகாபுராணங்கள் பதினெட்டு ஆகும். அவற்றுள் கந்தபுராணம் மிகப் பெரியது. அதில் எல்லா மூர்த்திகளுடைய புகழும் வருகின்றன. முருகப்பெருமானுடைய திரு அவதாரம் முதலியவை ஒரு பகுதியில் இருக்கின்றன. தமிழ்க் கந்தபுராணம் அந்தப் பகுதியில் உள்ளவற்றையே சொல்கிறது.

முருக பக்தி

ஆழ்வார்களும் நாயன்மார்களும் திருவவ தாரம் செய்தபிறகு திருமால் பக்தியும் சிவ பக்தியும் தமிழ் நாட்டில் முன்பு இருந்ததைவிட மிகுதியாகப் பரவின. அதுபோலவே அருணகிரிநாதப் பெருமான் திருவவதாரம் செய்து திருப்புகழையும் பிற தோத்திர நூல்களையும் அருளிச் செய்த பிறகு முருக பக்தி தமிழ் நாட்டில் வெள்ளமாக ஓடியது. இன்று அந்த வெள்ளம் பின்னும் பெருகிக் கடல் மடை திறந்தாற் போல எங்கும் பரவி நிற்கின்றது.

முருகன் என்றைக்கும் உள்ள கடவுளாக இருந்தாலும், அவனுடைய திருவருள் அநுபவம் பெற்று, தாம் பெற்ற அநுபவத்தைப் பிறரும் அடைய வேண்டுமென்ற கருணைப் பெருக்கினால் அருமையான நூல்களைச் செய்த பெரியவர்களால் முருகனுடைய பக்தி எங்கும் பரவுகிறது. அவனுடைய திருவருளைப் பெற்ற பெருமக்கள் பலர். ஆனாலும் அருணகிரி முனிவரைப்போல் உலகத்தார் விரும்பிப் படிக்கும் வண்ணம் தம் அநுபவத்தைச் சொன்னவர்கள் மிகச் சிலர். அன்றியும் அந்தப் பெருமானைப் போலப் பெரிய அளவில் பல பல பாடல்களைப் பாடியவரும் குறைவு; யாரும் இல்லையென்றே சொல்ல வேண்டும்.

அருணகிரி நாதர் அருளியவை

அருணகிரி நாத சுவாமிகளுடைய புகழை நான்கைந்து ஆண்டுகளாக நாம் பார்த்து வந்திருக்கிறோம். கந்தர் அலங்காரத்தை முறையாகப் பார்ப்பதன் வாயிலாக அவரது பெரும் கருணையையும், உள்ளத்தின் சிறப்பையும், அநுபூதிப் பெருமையையும் ஓரளவு நம்மால் தெரிந்துகொள்ள முடிந்தது. அப் பெருமானுடைய உள்ளம் சிறந்து விரிந்த தாமரையைப் போன்றது. அந்த மலரின் நுண்மையான மணத்தை, அநுபவ வாசனையைக் கந்தர் அலங்காரம் ஓரளவு நமக்குப் புலனாக்கியது. இப்போது அந்த அநுபவச் சிறப்பைக் கந்தர் அநுபூதியின் வாயிலாகத் தெரிந்து கொள்வதற்கு முருகன்

திருவருள் செய்திருக்கிறான். கந்தர் அலங்காரத்தைப் பார்த்த பிறகு அநுபூதியைப் பார்ப்பது முறை, அலங்காரம் விரிவான பாடல்களை உடையது. அவை கட்டளைக் கலித்துறை என்ற பாவினமாக அமைந்த பாடல்கள். கந்தர் அநுபூதி சற்றுச் சுருக்கமாக இருப்பது; கலிவிருத்தம் என்னும் பாவினத்தில் அமைந்தது. விரிந்த மலர் குவிந்து, பிறகு காயாகி, பின் கனியாகிச் சுவை நிரம்பி நிற்பதுபோல, அலங்காரம் சுருங்கி அநுபூதிக் கனியாக நமக்குக் கிடைத்திருக்கிறது.

திருப்புகழ்

அருணகிரி நாதர் என்று சொன்னவுடனே நம் நினைவின்முன் வருகிறது திருப்புகழ். திருப்புகழ் அவ்வளவும் சந்தப் பாடல்கள். தமிழ் இலக்கியத்தில் சந்தப் பாடல்களைப் பாடிய பெருமக்களுள் அருணகிரிநாதப் பெருமானைப் போலப் பாடியவர் யாரும் இல்லை. பழங்காலத்தில் சந்தம் வழக்கத்தில் இருந்தது. ஆனால் பாலில் போடும் குங்குமப் பூவைப் போல அருமையாகவே இருந்தது. கலிப்பா என்னும் பாவின் இடையே வண்ணகம் என்ற உறுப்பு வரும். அதை அராகம் என்றும் சொல்வார்கள். பாட்டின் இடையிலே முடுகு வரும். அதுவே அராகம்.

அது ஒருவகைச் சந்தமாக இருந்தது. பின்னும் வண்ணம் என்றும், வகுப்பு என்றும் பெயர் பெற்ற சில பாடல்கள் வந்தன. பிள்ளைத்தமிழ் என்னும் பிரபந்தத்தில் வகுப்பை ஆளவேண்டுமென்று இலக்கணம் சொல்லுகிறது. சில விருத்தங்கள் சந்த விருத்தங்களாக அமைந்தன.
அருணகிரிநாதப் பெருமானே பதினாறாயிரம் திருப்புகழைப் பாடினார்; சின்னப் பாடல்களாகவும், பெரிய பாடல்களாகவும் பாடினார்; மிகவும் விரிவான சந்தங்களை அமைத்துத் தாளக் கட்டுப் பாட்டோடு அற்புதமாக அமையும்படி பாடினார். அத்தகைய சந்தங்கள் வேறு யாராலும் பாட முடியாது; வேறு எந்த மொழியிலும் இல்லை.

மறைந்தவை

அருணகிரிநாத சுவாமிகள் பாடியவை பதினாறாயிரம் திருப்புகழ் என்று சொல்வார்கள். ஆனால் இப்போதோ ஆயிரத்து முந்நூற்றுச் சொச்சம் பாட்டுக்களே எஞ்சியிருக்கின்றன. இறைவன் உலகத்திற்கு எவ்வளவு வேண்டுமோ அவற்றை மாத்திரம் வைத்திருக்கிறான் என்று தோன்றுகிறது. இது தேவாரத்தின் திறத்திலும் காணும் உண்மை. தேவாரம் பாடிய மூவர் பெருமக்களும் பல்லாயிரம் பதிகங்கள் பாடினார்கள். அத்தனையும் இப்போது நமக்குக் கிடைக்கவில்லை. எல்லாம் இருந்தால் சோம்பேறி மக்கள் ஒன்றையும் படிக்க மாட்டார்கள் என்று இறைவன் எண்ணிச் சிலவற்றையே விட்டு வைத்தான் போலும்! சிதம்பரத்தில் நம்பியாண்டார் நம்பியின் உதவியைக் கொண்டு இராசராச சோழன் தேவார ஏட்டுச் சுவடிகளை எடுத்தாலும், அப்போது கறையான் அரிக்கப் பெற்று அவை கிடந்தன. அதைக் கண்டு கண்ணீர் விட்ட போது, "இப்போதைக்கு வேண்டியவற்றையே வைத்தோம்" என்று அசரீரியாக இறைவன் சொன்னா னென்று ஒரு வரலாறு வழங்குகிறது. வர வர மனிதன் சோம்பேறியாகி எல்லாவற்றையும் கருவிகள் மூலமாகவும், பிறர் வாயிலாகவும் நிறைவேற்றிக் கொள்ளும் மனப்பாங்கு உடையவனாகி விட்டான். சாப்பிடுவதும் குறைவு. மனனம் பண்ணுவதும் குறைவு. ஆனால் ஆசைப்படுவதோ பலபல மடங்காக இருக்கிறது. ஆகவே, 'சோம்பேறிகள் உலகத்திற்கு இவ் வளவு வேண்டாம்' என்று இறைவன் எண்ணி அவற்றை யெல்லாம் மறைத்துவிட்டான் போலும்!

கேட்டுப் பெற்றது

சிவபெருமான் வேதத்தை அருளிச் செய்தான். அன்றியும் எப்போதும் வேதத்தைச் சொல்லிக் கொண்டிருக்கிறான்.

"யாழ்கெழு மணிமிடற்று அந்தணன்"

என்று பழைய நூலில் வருகிறது. இறைவன் எப்போதும் சாமவேகத்தை முழங்கிக்கொண்டிருக்கிறான் என்று கூறுவர்.

அவனுக்கு அந்த வேதம் போதவில்லை. புதிதாக ஒரு வேதம் வரவேண்டுமென்று நினைத்தான். மூவர் முதலிகளால் தேவாரத்தைப் பாடச் செய்து ஏற்றுக் கொண்டான். சுந்தரமூர்த்தி சுவாமிகளைப் பார்த்து, "நீ தேவாரம் பாடு" என்று கட்டளையிட்டான்.

சுந்தரமூர்த்தி சுவாமிகள் இறைவனைப் பூசித்து வழிபடும் குலத்தில் பிறந்தவர்; முப்போதும் திருமேனி தீண்டும் ஆதி சைவர் குலத்தில் அவதாரம் செய்தவர். அவரை ஆண்டவன் பார்த்து, "எனக்கு அருச்சனை பாட்டு; ஆதலின் நீ தமிழில் பாடு" என்று திருவாய் மலர்ந்தருளினார்.

"அர்ச்சனை பாட்டே ஆகும்; ஆதலால் மண்மேல் நம்மைச்
சொற்றமிழ் பாடு கென்றார் தூமறை பாடும் வாயார்"

என்று சேக்கிழார் சொல்கிறார். அவர் வேதத்தைப் பாடிக்கொண்டே இருப்பவர். ஆனாலும் சற்று வேறு வகையான ஒலி காதில் விழவேண்டுமென்று எண்ணினார் போலும்! சுந்தரமூர்த்தி சுவாமிகளைத் தமிழ்ப் பாடல்களைப் பாடும்படி சொன்னார். தேவாரம் வேதத்தைப் போன்றது; வேதமாகவே மதிக்கப்படுகின்றது.

இறைவன் தன்னுடைய புகழைத் தன்னுடைய குழந்தையாகிய சுந்தரமூர்த்தி நாயனாரை விட்டுப் பாடச் சொல்லிக் கேட்டான். அதுபோலவே முருகப் பெருமானும் அருணகிரிநாதரிடம் தன்னைப் பாடும்படி கேட்டுத் திருப்புகழை அவர் வாயிலாக மலரச் செய்தான். இறைவனே கேட்டு ஒன்றைப் பெறுவது ஒரு தனிச் சிறப்பு. முருகன் அருணகிரி நாதரைப் பார்த்து, "இன்ன இன்னபடி பாடு; இன்ன இன்னவற்றை எல்லாம் வைத்துப் பாடு". என்று சொன்னானாம். அதை அருணகிரிநாதப் பெருமானே ஒரு பாட்டில் அருளியிருக்கிறார்.

"பக்கரைவி சித்ரமணி பொற்கலணை இட்டநடை
பட்சியெனும் உக்ரதுர கமும்நீபப்
பக்குவம லர்த்தொடையும் அக்குவடு பட்டொழியப்
பட்டுருவ விட்டருள்கை வடிவேலும் திக்கதும திக்கவரு
குக்குடமும் ரட்சைதரு சிற்றடியும் முற்றியபன் னிருதோளும்
செய்ப்பதியும் வைத்துயர்தி ருப்புகழ்வி ருப்பமொடு
செப்பென எனக்கருள்கை மறவேனே."

"இப்படிச் செப்புவாயாக என்று முருகப் பெருமான் எனக்கு ஆணையிட்டான். அதை நான் மறக்கமாட் டேன்" என்று அவர் சொல்கிறார். இதனால், முருகனே விரும்பித் திருப்புகழை ஏற்றுக்கொண்டான் என்ற செய்தி தெரிகிறது. அப்படிப் பாடச் சொல்லி அருணகிரிநாதப் பெருமானுக்கு அதற்குரிய ஆற்றலை அருளினான்.

"அருணதள பாதபத்மம் அதுநிதமு மேதுதிக்க
அரியதமிழ் தான் அளித்த - முருகோனே"

"யாம் ஓதிய கல்வியும்எம் அறிவும்
தாமே பெற வேலவர் தந்ததனால்"

என்று திருப்புகழிலும், அநுபூதியிலும் அருணை முனிவர் பாடியிருக்கிறார்.

அவர் தன்னைப் பாடவேண்டுமென்று விரும்பி அதற்கு ஏற்ற தகுதியையும் முருகன் கொடுத்தான். இப்படிச் செய்வது எதற்காக என்று தோன்றும். "தானே ஆற்றலைக் கொடுத்து, சொல்லைக் கொடுத்து, பொருளைக் கொடுத்துப் பாட வைப்பானேன்? தான் கொடுத்ததையே மீட்டும் வாங்கு வானேன்?" என்ற ஓர் எண்ணம் தோன்றும். நாம் சாப்பிட்டு விட்டுத் தாம்பூலம் போட்டுக்கொள்கிறோம். நம் குழந்தையை மடி மீது வைத்துக் கொண்டு வெற்றிலைக்குச் சுண்ணாம்பு தடவி மடிக்கிறோம். அதைக் குழந்தையின் கையில் கொடுத்து நம் வாயில் கொடுக்கச் சொல்கிறோம். அது கொடுத்தால் நமக்கு உண்டாகிற இன்பத்திற்கு அளவே

இருப்பது இல்லை. குழந்தை வெற்றிலையை உண்டாக்கவில்லை. அது சுண்ணாம்பு தடவி மடிக்கவில்லை. நாம் வாங்கின வெற்றிலையை, நாம் சுண்ணாம்பு தடவி மடித்து அதன் கையில் கொடுத்து நம் வாயில் கொடுக்கும்படி சொல்லி வாங்கிக் கொள்கிறோம். அப்போது இன்பம் உண்டாகிறது. "இது எதற்காக? நாமே நம் வாயில் போட்டுக் கொள்ளலாமே!" என்று யாராவது சொல்வார்களா? அப்படி யாராவது சொன்னால் அவரை மரக்கட்டை என்றுதான் சொல்ல வேண்டும். தந்தைக்கும் குழந்தைக்கும் உள்ள அன்புணர்ச்சியை உணர்ந்தவர்களுக்கு அந்த இன்பம் எத்தகையது என்று தெரியவரும். அதை விளக்கமுடியாது; உணரத்தான் முடியும். பல மனிதர்களுக்கு இந்தப் பாக்கியம் கிடைக்கவில்லை. அவர்கள், 'நமக்கும் இப்படிக் கிடைக்கக் கூடாதா?' என்று எண்ணி ஏங்குகிறார்கள். தந்தை தன்னிடத்தில் கொடுத்த வெற்றிலையைக் குழந்தை தந்தைக்குக் கொடுப்பது போல, முருகன் கொடுத்த ஆற்றலை வைத்துக் கொண்டு அருணகிரியார் பாடினார். அதனால் முருகப் பெருமானுக்கு மிக்க இன்பம் உண்டாயிற்று.

விளைந்த புகழ்

முருகப்பெருமான் அருளின ஆற்றலைக் கொண்டு அருணகிரியார் மிகவும் அற்புதமான திருப்புகழைப் பாடினார். அந்தத் திருப்புகழில் தாம் பட்ட துன்பங் களையும், உலகத்தார் அடைகின்ற துன்பங்களையும், இறைவன் திருவருளால் தாம் அடைந்த அநுபவங்களையும் விரிவாகச் சொன்னார். முன்னும் அத்தகைய பாடல்கள் இல்லை; பின்னும் இல்லை. அவற்றைக் கேட்டு மக்கள் யாவரும், "இவை எத்தனை சிறப்பாக இருக்கின்றன! இவற்றின் ஓசையே மிக அருமையாக இருக்கிறதே!" என்று வியந்தார்கள். "முருகனுடைய தோத்திரங்களுக்குள்ளேயே இத்தகைய அருமையான பாமாலையை எங்கும் கண்டது இல்லை" என்று பாராட்டினார்கள். அவற்றை யெல்லாம் அருணகிரி நாதர் செவியேற்றார். 'நம்முடைய பாட்டை இவர்கள் பாராட்டுகிறார்கள்; நாம் பெரிய கவி' என்று நினைத்து

அகங்காரம் அடையவில்லை. 'எனக்கு என்ன ஆற்றல் இருக்கிறது! இவ்வாறு பாடும்படியாக எம்பெருமான் அல்லவா செய்தான்? பாடுகின்ற ஆற்றலை அவன் கொடுத்துப் பாடின பிறகும் அந்தப் பாடல்களைப் பக்தர்கள் யாவரும் பாராட்டும் படியாகச் செய்திருக்கிறான். அவன் கருணை இருந்தவாறு என்னே! அந்தக் கருணையை நான் மறக்க முடியுமா?' என்று இறைவனை எண்ணி உருகினார். அவனுடைய பெருங் கருணையை ஒரு பாட்டில் சொல்லியிருக்கிறார்

"பக்தர்க ணப்ரிய நிர்த்தந டித்திடு
பட்சிந டத்திய குகபூர்வ
பச்சிம தட்சிண உத்தர திக்குள
பத்தர்கள் அற்புதம் எனஓதும்
சித்ரக வித்துவ சத்தமி குத்ததி
ருப்புக ழைச்சிறி தடியேனும்
செப்பென வைத்துல கிற்பர வத்தெரி
சித்தவ நுக்ரகம் மறவேனே."

'பக்தர் கூட்டத்திற்கு விருப்பமுடைய பெருமானே, நடனம் ஆடுகின்ற மயில் வாகனத்தை நடத்துகின்ற முருகப் பெருமானே, கிழக்கு மேற்கு தெற்கு வடக்கு என்ற நாலு திசையிலும் இருக்கும் பக்தர்கள் இது மிகவும் அற்புதமான பாடல் என்று பாராட்டிச் சொல்வதற்குரிய அலங்காரமான கவிதா சக்தியோடு கூடிய இன்னிசைத் திருப்புகழைச் சிறிதளவு அடியேனையும் செப்பென்று கிருபை செய்து, உலகம் எங்கும் பரவச் செய்து, தரிசிக்கவும் செய்த உன்னுடைய பேரருளை நான் என்றைக்கும் மறக்க மாட்டேன்' என்று மனம் கனிந்து பாடுகிறார். அந்தப் பாடலில் சித்திரம் இருந்தது; பல வகையான அலங்கார அமைப்புகளும். கவித்துவமும் இருந்தன; கவி ஆற்றல் நிரம்பியிருந்தது; இனிமையான ஓசை இருந்தது. இவ்வளவும் சொல்லி, 'சிறிது அடியேனையும் செப்பு என்று வைத்தாய் நீ' என்று சொல்கிறார். பதினாறாயிரம் பாடல்களைப் பாடியும் அவை சிறிய அளவாக இருந்தன என்று அருணகிரியார்

சொல்கிறார். அவருடைய பேராசைதான் எவ்வளவு என்று முதலில் தோன்றும். ஆனால் அவர் அவற்றைத்தாம் பாடினவையாக நினைத்தால் தானே பேராசை என்று சொல்ல வேண்டும்? இறைவன் திருவருட் சக்தியே அவ்வாறு செய்தது என்பது அவரது நம்பிக்கை. இறைவனது திருவருட்சக்திக்குப் பதினாறாயிரம் பாட்டு என்பது மிகவும் சுருங்கிய அளவுதானே? அதனால்,

"சிறிது அடியேனும் செப்பென வைத்து"

என்று பாடினார்.

இந்தப் பாடல்களைப் புலவர்கள் மட்டும் பாராட்டியிருந்தால் அருணகிரிநாதருக்கு மனநிறைவு உண்டாகி யிராது. சொல்லையும் பொருளையும் கவிச்சுவையையும் உணர்ந்து பாராட்டுபவர்கள் அவர்கள். இவற்றில் பக்தியும் அநுபவமும் கமழ்வதைப் பக்தர்களே உணரமுடியும். பக்தர்களாகிய புலவர்கள் நன்றாக உணரலாம். எல்லாவற்றையும் எல்லாரும் அறிந்து பாராட்ட முடியாது. அதற்கும் ஒரு தகுதி வேண்டும். திருப்புகழை, 'பக்தர்கள் அற்புதம்' என ஓதினார்கள். அதுகண்டு அருணகிரியார் மகிழ்வுற்றார்.

'சித்ர கவித்துவ சத்தம் மிகுத்த திருப்புகழ்' என்று சொல்கிறார். தமிழில் வெண்பாவைப் பாட வேண்டுமானாலும் புலவர்கள் சற்றே யோசனை செய்வார்கள்.

"எல்லாப் புலவர்க்கும் வெண்பாப் புலி"

என்பது ஔவையார் பாட்டு. சந்தப் பாடல்களுக்கோ வெண்பாவைக் காட்டிலும் கடுமையான அமைப்புகள் உண்டு. மெல்லினத்திற்கு மெல்லினம், வல்லினத்திற்கு வல்லினம், நெடிலுக்கு நெடில், குறிலுக்குக் குறில் என்று அமைக்க வேண்டும். தத்த, தந்த, தன்ன, தனன, தான், தைய முதலிய சந்த அமைப்புகளை அருணகிரியார் பாடலில் மிக விரிவாகக் காணலாம். அத்தகைய பாடல்களைப் புலவர்கள் முயன்று சிரமப்பட்டுப் பாடலாம். ஆனால் நூறு பாட்டுப்

பாட லாமேயொழிய ஆயிரக்கணக்கில் பாடவொண்ணாது. அருணகிரியார் பாடின பதினாறாயிரம் பாட்டுகளும் இப்போது இருந்தால் அவற்றை வாசிக்கவும், பொருள் காணவுமே முழு மனித ஆயுள் வேண்டியிருக்கும். அப்படி இருக்கப் பதினாறாயிரம் பாடல்களை அருணகிரியார் பாடுவது என்றால், தடையில்லாத கங்கை வெள்ளத்தைப்போல் அவை அவரது திரு வாக்கில் வந்திருக்க வேண்டும். அதைச் சாமானிய மனித முயற்சி என்று சொல்ல முடியாது. எல்லாம் வல்ல ஆண்டவன் அவர் மூலமாக அவற்றை வெளி யிட்டான் என்றே கொள்ள வேண்டும்.

அவருடைய ஆசை

இவ்வாறு அற்புதமான சந்தப் பாடல்களை இறைவன் திருவருள் கொண்டு பாடிய அருணகிரி நாதருக்குத் திருப்தி உண்டாகவில்லை. அவர் மனத்தில் ஒரு குறை இருந்தது. வேறு வகையான பாடல்களைப் பாடவேண்டுமென்று அவர் ஆசைப்பட்டார். அந்த ஆசை ஒரு காலைக்கு ஒருகால் மிகுத்து வந்தது.

ஒரு பெரிய புலவரைச் சிறந்த செல்வர் ஒருவர் விருந்துக்கு அழைத்தார். புலவர் எளிமையானவர்; அடக்கம் உள்ளவர்; சுருங்கிய உணவை உண்பவர். செல்வர் பெரு விருந்துக்கு ஏற்பாடு செய்திருந் தார். பல வகையான கறிகளையும், குழம்பு வகைகளையும், பட்சிய வகைகளையும் சமைக்கச் செய்திருந்தார். விருந்தாளி, "எனக்கு இஞ்சித் துவையல் வேண்டும்" என்று கேட்டார். விருந்தளித்தவருக்கு அது ஒரு பெரிதா? அதையும் பின்பு செய்து போடச் சொன்னார். "இதோ உங்களுக்கு வேண்டிய இஞ்சித் துவையல்" என்று காட்டினார்.

தம்முடைய உயர்ந்த நிலைக்கு ஏற்றபடி விருந்துப் பண்டங்களைச் சமைத்து. அவருடைய விருப்பத்தையும் அறிந்து, அவர் கேட்டதையும் சமைத்துப் பரிமாறச் செய்தார். இதைப் போல, ஆண்டவன் விரும்ப அவன் திருவருளால் பாடிய பதினாறாயிரம் திருப்புகழுக்கு மேலே, "என்னுடைய

விருப்பத்திற்குச் சில பாடல்கள் பாடவேண்டும்" என்று அருணகிரியார் கேட்டார். அதையும் ஒரு திருப்புகழ் சொல்கிறது.

"முருகா, உன் விருப்பப்படியே நீ சொன்ன அடையாளங்களை வைத்து நான் பாடினேன். அப்படிப் பாடியும் என் மனம் அமைதி பெறவில்லை. என் நாத் தினவு எடுக்கிறது. உன் விருப்பத்திற்காகப் பாடிய பாடல்கள் போதவில்லை. இப்போது நான் சில அடையாளம் சொல்கிறேன். அந்த அடையாளப்படி என் விருப்பத்திற்காகச் சில பாடல்களைப் பாட வேண்டும். அதற்குரிய ஆற்றலையும் நீ அருளிச் செய்யவேண்டும்" என்ற பொருள் தோன்ற அவர் பாடுகிறார்.

அவருக்கு ஆசை மிகுதியாக உண்டாயிற்றாம். எடுத்த உடனே "ஆசைகூர் பக்தனேன்" என்று ஆரம்பிக்கிறார். கூர்தல் என்ற சொல்லுக்கு உள்ளது சிறத்தல் என்பது பொருள். இப்படிப் பாடவேண்டுமென்று தோற்றிய ஆசை நாளுக்கு நாள் வளர்ந்து கொண்டே போயிற்றாம். ஆசை என்று சொன்னாலும் அதுவும் பக்தியினுடைய வேறுபாடுதான்.

"ஆசைப் பட்டேன் கண்டாய் அம்மானே"

என்று மணிவாசகர் பாடுவார். இறைவன் அருளைப் பெறவேண்டுமென்ற ஆசையும், அவனையே நினைந் திருக்க வேண்டுமென்ற ஆசையும் அவனுடைய திருவருள் மயமாய் ஆகவேண்டுமென்ற ஆசையும் ஆசைகள் அல்ல; பக்தியின் வேறுபாடுகள்; வேறு பட்ட நிலைகள். அவ்வாறே முருகப் பெருமானைப் பாட வேண்டுமென்று எழுந்த ஆசையும் விசித்திரமான பக்தி நிலையில் ஒன்றுதான்.

பாமாலை

இனி அருணகிரியார் எதற்கு ஆசைப்பட்டார் என்பதைப் பார்க்கலாம். அவர் ஆண்டவனுடைய திருவடியைத் தரிசித்தார். அது செக்கச் செவேல் என்று இருந்தது; அழகிய

பவள நிறம் பெற்று விளங்கியது. முருகனே சிவந்த திருமேனி உடையவன்.

"செய்யன் சிவந்த ஆடையன்"

என்று திருமுருகாற்றுப்படையும்,

"பவளத் தன்ன மேனித் திகழ்ஒளி"

என்று குறுந்தொகையும் கூறுகின்றன.

"செங்கோட்டுப் பிள்ளை சிவந்த பிள்ளை"

என்பது ஒரு தனிப் பாட்டு. அந்தக் குழந்தையின் பாதத்தைப் பற்றிக்கொண்டார் அருணகிரிநாதர்; அவனுடைய திருவடியின் பவள வண்ணத்தைக் கண்டு கண்டு பாராட்டினார். அழகிய குழந்தை மெல்லத் தளர்நடையிட்டு வருமானால் அதன் காலுக்குத் தண்டை போட வேண்டுமென்று தாய் நினைப்பாள். அதுபோல, எம்பெருமானுடைய கோலப்பிரவாள பாதத்தைத் தரிசித்தவுடன் அருணகிரியாருக்கு ஓர் ஆசை எழுந்தது. அந்த அழகான பவள வண்ணத் திருவடிக்கு அழகான மாலையை அணியவேண்டுமென்று ஆசைப்பட்டார். அந்த ஆசையை வேறு யாரிடத்தில் சொல்வது? முருகப்பெருமானிடத்தில் சொல்கிறார்.

குழந்தையின் தகுதிக்கும், குழந்தையைப் பெற்றவனுடைய தகுதிக்கும் ஏற்றபடி அதற்கு அணிகளை அணிவார்கள். இங்கே முருகப் பெருமானுடைய திருவடிக்கு ஏற்றபடி அல்லவா அலங்காரம் செய்ய வேண்டும்? செய்கிறவர் அருணகிரியார். ஆகையால் அவரிடத்தில் உள்ள பொருளுக்கு ஏற்ற அலங்காரம் செய்யவேண்டும். அவர் வாடாத பாமாலையை அணிந்து அழகு பார்க்க விரும்பினார். கடலுக்குப் போய் வருணனைப் பூசிக்கின்றோம். அர்க்கியம் விடுவோமானால் அந்தத் தண்ணீரையே எடுத்துவிடுகிறோம். அதுபோலவே இங்கே முருகப்பெருமானுடைய

திருவடிக்குப் பாமாலை சூட்ட நினைந்து அருணகிரியார் அவனுடைய திருவருள் துணையை வேண்டுகிறார். அவனிடத்தில் யாசித்து அவனுக்கே அணிய விரும்புகிறார்,

"ஆண்டவனே, ஒரு காலைக்கு ஒருகால் ஆசை மிகுத்து வருகிற பக்தனாகிய நான் உன் கோலப் பிரவாள பாதத்திற்கு ஒரு மாலையை அணிய வேண்டும்" என்று விண்ணப்பித்துக் கொள்கிறார். அந்த மாலை இன்னபடி இருக்க வேண்டுமென்று அடையாளம் சொல்கிறார். தமிழ்நாட்டில் மலர்களைக் கொண்டு மாலை கட்டும் கலை நெடுங்காலமாக வளர்ந்திருக்கிறது. தலைக்கு அணியும் மாலைக்கு இண்டை என்று பெயர். கையில் அணியும் மாலைகள் உண்டு. மார் பில் அணியும் மாலைக்குத் தார் என்று பெயர். மகளிர் அணியும் மாலைக்குக் கோதை என்று பெயர். தலையில் செருகிக் கொள்ளும் மாலைக்குக் கண்ணி என்று பெயர். கழுத்து முதல் கால் வரைக்கும் நீண்டிருக்கும் மாலைக்குத் தாண்டாமாலை என்று பெயர். இவ்வாறு பலவகை மாலைகளைத் தமிழ் நாட்டுக் கலைஞர்கள் கட்டி இறைவனுக்கு அணிவார்கள்.

மாலையிற் குஞ்சம்

இங்கே முருகப் பெருமானுடைய திருத்தாளில் தாரை அணிய வேண்டுமென்று அருணகிரியார் விழைகிறார். மார்பில் அணியும் மாலையாகிய தாரில் குஞ்சம் இருக்கவேண்டும். ருத்திராட்ச மாலையைப் போட்டுக்கொண்டிருந்தாலும் குஞ்சமாகக் கௌரீசங்கரம் இணைத்திருப்பதைப் பார்க்கிறோம்.

அருணகிரியார் இறைவனுக்கு அணியப் புகுந்த பாமாலைக்கு ஒரு குஞ்சம் வேண்டும். அழகான தாமரைப் பூவைக் குஞ்சமாக வைத்துக் கட்டவேண்டு மென்று அவர் விரும்புகிறார். பூமாலைக்குப் பொய்கையிலே மலரும் தாமரை குஞ்சமாக இருக்கலாம். பாமாலைக்குக் குஞ்சம் எது? 'என்னுடைய நெஞ்சமாகிய குஞ்சத்தை வைத்து இந்தப்

பாமாலையைக் கட்ட விரும்புகிறேன்' என்று அவர் பாடுகிறார்.

**"ஆசைகூர் பக்தனேன் மனோ பத்ம
மானபூ வைத்து நடுவே."**

'நான் பாடுகிற பாமாலையின் நடுவிலே மனமாகிய தாமரையை வைத்துக் கட்டவேண்டும்' என்பது அருணகிரியார் விண்ணப்பம். அதனுடைய பொருள் என்ன? பாமாலையை - நாவின் ஆற்றலினாலே பாடி விடலாம். பிறர் வியக்கவேண்டுமென்று சமத்காரமாகப் பாடலாம், ஆனால் இங்கே முருகனைப் பாடுகிற பாடலில் வெறும் புலமை நயம் இருந்தால் போதாது. அதை மனமாரப் பாடவேண்டும், மனத்தில் தோற்றுகிற பக்தியின் விளைவாக அந்தப் பாமாலை எழவேண்டும். எந்தச் செயலும் மனத்தோடு ஒட்டி வராவிட்டால் உண்மையான செயலாகாது. இறைவன் திருவடியை உள்ளத்திலே வைத்து அதனால் உண்டாகின்ற உணர்ச்சியைக் கொண்டு பாமாலை பாடவேண்டுமென்பதே அருணகிரியார் விண்ணம். இதைத்தான்,

"மனோ பத்மமான பூ வைத்து நடுவே"

என்று அவர் பாடுகிறார்.

பிற உறுப்புகள்

சொற்களாலாகிய பாமாலையை அணியவேண்டும். சொல் என்று வெளிப்படையாகச் சொல்லவில்லை. ஆனாலும் நாம் ஊகித்துக் கொள்ளலாம். இந்த மாலையில் உள்ள மலர்கள் செஞ்சொற்கள். மலர்களை எல்லாம் ஒன்று சேர்த்துக் கட்டுவதற்கு நாரோ, நூலோ வேண்டும். அருணகிரிநாதர் பாமாலை கட்டுவதற்கு ஏற்ற நூல் இன்னதென்பதை அறிந்தவர். மனத்தைக் குஞ்சமாக வைத்துக் கட்டுவதற்கு அந்த நூலே சிறந்தது. அதுதான் அன்பு. அன்பு என்னும் நூலை இட்டு, மனமாகிய தாமரையை நடுவிலே வைத்துச் சொல்லாகிய மலர்களால் பாமாலை கட்ட வேண்டும்.

மலர்களூடே நூல் செல்கிறது. எல்லா மலர்களையும் இணைப்பது நூல். அதுபோல இறைவனிடத்தில் வைக்கும் அன்பு சொற்களினூடே ஒளிரவேண்டும். அன்பு இல்லாத சொல் மணக்காது. ஒவ்வொரு சொல்லையும் அன்போடு சேர்த்துப் பாடவேண்டும். அதனால் அன்பை நூலாகச் சொன்னார்.

பூமாலையைக் கையினாலே கட்டுவார்கள். இங்கே பாமாலையை நாவினாலே கட்டவேண்டும். அழகிய திருவடியை உடைய முருகப்பெருமானுக்கு அலங்காரமாக மாலை கட்டவேண்டும்.

"நாவிலே சித்ரமாகவே கட்டி."

மணமாலை

இந்த மாலை நறுமண மலர் மாலையாக இருக்க வேண்டும். பாமாலையில் இருக்கும் மணம் எது? ஒவ்வொரு பூவுக்கும் ஒவ்வொரு மணம் உண்டு. ரோஜா, மல்லிகை, சண்பகம் என்று உள்ள பூக்களுக்குத். தனித்தனியே மணம் உண்டு. தமிழ் நாட்டில் மலர் கிற மலர்கள் யாவும் மணம் உடையன. "மலரும் மணமும்போல" என்ற பழமொழி தமிழிலே இருக்கிறது. மணம் இல்லாத மலர்களுக்கு இந்த நாட்டில் மதிப்பு இல்லை. மலர்கள் நிறைந்த மாலையில் மணமும் நிரம்பியிருக்கும். அருணகிரியார் கட்ட இருக்கும் பாமாலையில் இன்ன மணம் வேண்டும் என்பதை அவரே சொல்கிறார். "ஆண்டவனே, நான் கட்டும் மாலையில் ஞான மணம் இருக்கவேண்டும். அதோடு அது நல்ல வண்ணத்தோடு பிரகாசிக்க வேண்டும். "கண்ணுக்கும், கைக்கும், மூக்குக்கும் இனிமை தருவனவாக இருப்பவை மலர்; மணம், தண்மை, வண்ணம் முதலியன மலர்களில் உண்டு. இங்கே அருணகிரியார் கட்டுகிற பாமாலையில் ஞான மணம் வீசவேண்டுமாம்.

"ஒரு ஞான வாசம் வீசி ப்ரகாசியா நிற்ப"

ஞானம் என்னும் மணம் வீசுகின்ற ஞானமாலையாகத் தாம் பாடுகிற பாமாலை விளங்க வேண்டுமென்று விரும்புகிறார் அருணை முனிவர்.

ஞான மணத்தை அந்தப் பாமாலை பெற்றிருக்கிறதா என்று தெரிந்து கொள்ள வேண்டுமாம். ஒரு மலர் மணமுடையதா என்பதை மூக்குடைய மனிதன் அறிந்துகொள்ளலாம் என்று நாம் நினைக்கிறோம். உண்மையில் நுட்பமான மணமுடைய மலரின் தன்மையை மூக்குடைய மனிதன் உணர்ந்து கொள்ள முடியாது. ரோஜாப் பூவின் மணத்தை எளிதில் தெரிந்து கொள்ளலாம். தாமரைப் பூவின் மணத்தை அப்படித் தெரிந்து கொள்ள இயலாது. மனிதனுக்கு ஜலதோஷம் பிடித்து கொண்டால் மணத்தை அரியவொண்ணாது. மணத்தை நன்கு அறிந்துகொள்ளும் திறத்தில் மனிதனுடைய மூக்கு நரம்புகளுக்கு ஆற்றல் போதாது; அவை தடித்திருக்கின்றன என்று சொல்ல வேண்டும். அதுவும் புகையும், புழுதியும் படிந்துள்ள மூக்குடைய இக் காலத்தவர்களுக்கு நுட்பமான மணத்தை அறிகிற ஆற்றல் போய்விட்டது. இயற்கை யிலேயே மணத்தை அறிகின்ற தன்மை உடையவை வண்டுகளே.

வண்டும் மணமும்

வண்டுகளைக் கொண்டு மணத்தின் பெருமையைத் தெரிந்துகொள்வது ஒரு மரபு. சங்ககால நூலாகிய குறுந்தொகையில், ஒரு தலைவன் தன்னுடைய நாயகியின் கூந்தல் மணத்தைப்பற்றிப் பேசுகின்றான். அந்தக் கூந்தலில் இயற்கையாக மணம் அமைந்திருக்கிறது. அதை அவன் சொல்ல வரும் போது இதில் மணம் இருக்கிறது என்று சொல்லவில்லை. மணத்தைத் தெரிந்து கொள்ளும் நிபுணனாகிய வண்டைப் பார்த்து, "உயர்ந்த சாதி வண்டே, நீ எத்தனையோ மலர்களைப் பார்த்திருப்பாயே! அப்படிப் பார்த்திருக்கிற மலர்களுக்குள்ளே என்னுடைய காதலியின் கூந்தலில் உள்ள மணத்தைப் போன்ற மணம் உடைய மலர்

எங்காயினும் இருப்பதை நீ கண்டாயா?" என்று கேட்டுப் பாடுகிறான்.

'கொங்குதேர் வாழ்க்கை அஞ்சிறைத் தும்பி
காமம் செப்பாது கண்டது மொழிமோ'

என்று தொடங்குகிறான். இந்தப் பாட்டை ஆலவாய் இறைவன் பாடியதாகச் சொல்வார்கள். திருமுருகாற்றுப்படை பிறப்பதற்குக் காரணமான பாட்டு இது என்று திருவிளையாடல் புராணத்தில் ஒரு வரலாறு வருகிறது. இந்தப் பாட்டுப் பலருடைய உள்ளத்தைக் கவர்ந்த பாட்டு என்பதை அந்த வரலாறு காட்டும். தும்பி என்பது உயர்ந்த சாதி வண்டு; நுட்பமான மணத்தை அறியும் ஆற்றல் உடையது. மனிதன் உணர் முடியாத மணத்தை வண்டு உணரும் என்பதற்கு இந்தப் பாட்டு ஒரு சான்று.

இப்படியே சீவக சிந்தாமணியில் ஒரு கதை வருகிறது. பெண்கள் தெரிந்து கொள்ளும் கலைகளில் சுண்ணம் கூட்டுதல் ஒரு கலை. பலவகை வாசனைப் பொருள்களைக் கலந்து சுண்ணம் செய்வார்கள் பெண்கள். அதைத் திருமேனியில் அணிந்துகொள்வார்கள்.

ஒருத்தி சிறந்த சுண்ணத்தை அமைத்தாள். அவளது தோழியும் சுண்ணத்தை அமைத்தாள். இரண்டு பேர்களுடைய சுண்ணங்களில் எது சிறந்தது என்ற ஆராய்ச்சி பிறந்தது. ஒவ்வொருத்தியும் தன்னுடைய சுண்ணமே சிறந்தது, சிறந்த மணம் உடையது என்று வாதித்தாள். அப்போது எல்லா கலைகளிலும் வல்லவனாகிய சீவகன் அங்கே வந்தான். அவனிடத்தில் இரண்டு பேரும் தம்முடைய வழக்கைச் சொன்னார்கள். அவன் இரண்டு சுண்ணங்களையும் கையில் எடுத்தான். அவற்றை வானிலே தூவினான். ஒருத்தியினுடைய சுண்ணம் வானத் திலே பறக்கும் போதே அதை வண்டுகள் வந்து மொய்த்தன. இதுதான் சிறந்த சுண்ணம் என்று அவன் சொன்னான்.

இதிலிருந்து, நல்ல மணமுடைய பொருளை மனிதன் இனம் தெரிந்து கொள்வதைக் காட்டிலும் வண்டே திறமையுடன் தெரிந்து கொள்ளும் என்பதை உணர்கிறோம். பூவின் மணத்தைத் தெரிந்து கொள்வதற்கு வண்டு நிபுணரைப் போல உதவுகிறது.

மணம் உடையது இம் மாலை என்று வண்டு சொல்ல வேண்டும். அருணகிரியார் கட்டும் பாமாலையில் ஞான மணம் வீசுகின்றது என்பதைச் சொல்லும் நிபுணன் யார்? முருகனே இது நல்ல மணமுடையது என்று சொல்லலாம். அல்லது அருணகிரியாரே தம்முடைய பாடலில் ஞான மணம் இருக்கிறதென்று சொல்லலாம். ஆனால் அவர் அப்படிச் சொல்வதை விரும்பவில்லை. "நான் என்னுடைய பாட்டில் மணம் இருக்கிறது என்று சொன்னால் அது அகங்காரத்தின் விளைவாகும். நீ என்னிடத்திலே உள்ள குற்றங்களை மறந்து பெரும் கருணையினால் தாய் தன் குழந்தையைப் பாராட்டுவது போலப் பாராட்டலாம். அது அபிமானத்தின் விளைவு. ஆதலால் நீயும் அதனுடைய திறத்தைச் சொல்வதற்குத் தகுதி உடையவன் அல்லன். மூன்றாவது ஆசாமி சொல்ல வேண்டும்" என்று அவர் நினைக்கிறார்.

"உள்ளத்தில் குற்றம் இல்லாத சாதுக்கள். ஞானிகள் யாரோ அவர்களுடைய புத்தி என்னும் வண்டு என்னுடைய பாட்டைப் பார்த்துப் பாராட்டி மொய்த்துப் பாடவேண்டும்" என்று அவர் விண்ணப் பித்துக் கொள்கிறார்.

"மாசிலோர் புத்தி அளி பாட"

அட்சர மாலை

இந்தத் தகுதி எல்லாம் அமைந்திருக்கும் மாலை ஒரு பெயரைப் பெறுகிறது. அதை 'மாத்ருகா புஷ்ப மாலை' என்று அருணகிரியார் சொல்கிறார். மாத்ருகா மாலை என்பது நெடுங்கணக்குக்குப் பெயர். எழுத்துக்களின் வரிசை அது. எழுத்துக்கள் 51 என்பது வட மொழி வழக்கு. வடமொழி ஒலிகள் எல்லாமே அதில் அடங்கும்.

"ஐம்பதொருவித மான லிபிகளும்"

என்று அருண்கிரியாரே சொல்வர். மாத்ருகா புஷ்ப மாலை என்பது எழுத்துக்கள் ஐம்பத் தொன்றும் அமைந்த மாலை என்று கொள்ளக்கூடாது. கோயில்களில் ஐம்பத்தொரு தீபங்களையுடைய விளக்கை ஏற்றுவார்கள். அதற்கு அட்சராலத்தி என்று பெயர். ஐம்பத்தோரட்சரங்களைப் போல ஐம்பத்தொரு தீபங்கள் இருப்பதனால் அந்தப் பெயரைப் பெறுகிறது. அதுபோல இங்கே அட்சரமாலை கட்டவேண்டுமென்று அருணகிரியார் விரும்புகிறார். அதாவது ஐம்பத்தொரு பாடல்கள் அடங்கிய ஒரு மாலையைக் கட்டவேண்டும் என்பது அதன் பொருள்.

பஞ்சரத்தினம், நவமணி மாலை என்று சிலவகைப் பிரபந்தங்கள் தமிழில் உண்டு. ஐந்து விதமான இரத்தினங்களைப் போல ஐந்து விதமான பாடல்கள் அமைந்த மாலைக்குப் பஞ்சரத்தினம் என்று பெயர். அதுபோலவே ஒன்பது பாடல்களை உடைய பிரபந் தத்துக்கு நவமணிமாலை என்று பெயர். இரண்டு வேறுவகையான பாடல்களையுடைய நூலுக்கு இரட்டை மணி மாலை என்றும், மூன்று வேறுவகைப் பாடல்களை யுடைய மாலைக்கு மும்மணி மாலை என்றும், நான்கு வேறு வகையான பாடல்களைப் பெற்றதற்கு நான்மணி மாலை என்றும் பெயர்கள் வழங்குகின்றன. அவ்வாறே ஐம்பத்தொரு பாடல்கள் அமைந்த மாலைக்கு மாத்ருகா புஷ்பமாலை என்று பெயர் கொடுத்திருக்கிறார். அட்சரதீபம் என்ற பெயர் ஐம்பத்தொன்று என்ற எண்ணிக்கையை நினைந்து வந்ததுபோல, எழுத்துக் கணக்காகிய ஐம்பத்தொன்று என்ற எண்ணிக்கையில் பாடல்கள் அமைந்ததை மாத்ருகா புஷ்பமாலை என்றார். எழுத்துமாலை, அட்சர மாலை என்றும் சொல்லலாம்.

'முருகா, நான் ஐம்பத்தொரு பாடல்கள் அமைந்த மாலையை இயற்றி உன்னுடைய திருவடிக்குச் சூட்டவேண்டும். என் உள்ளம் முழுமையும் அதில் அன்புடன் ஈடுபடவேண்டும்.

மிகவும் அலங்காரமான பாமாலையாக அது அமைய வேண்டும். என்னுடைய நாக்கினாலே அன்பு நூலிலே அருமையாகக் கட்டிய அதில் ஞான மணம் வீச வேண்டும்.

"அதில் ஞான மணம் இருப்பதை மாசு இல்லாத உள்ளம் படைத்த பெருமக்கள் பாராட்டிச் சொல்ல வேண்டும்; அவர்கள் அதைப் பாட வேண்டும்" என்று எம் பெருமானைப் பார்த்து அருணகிரியார் விண்ணப்பம் செய்துகொண்டார்.

"ஆசைகூர் பக்த னேன்மனோ பத்ம
மானபூ வைத்து நடுவேஅன்
பானநூலிட்டு நாவிலே சித்ர
மாகவே கட்டி ஒருஞான
வாசம் வீ சிப்ர காசியா நிற்ப
மாசிலோர் புத்தி அளிபாட
மாத்ருகா புஷ்ப மாலை கோலப்ர
வாளபா தத்தில் அணிவேனோ."

முருக வள்ளல்

முருகப்பெருமான் தன்னை வேண்டியவர்க்கு வேண்டியவற்றை வேண்டிய போது தருகிற வள்ளல்.

"வேண்டிய போதடியர் வேண்டி போகமது
வேண்ட வெறது தவு --- பெருமாளே!"

என்று அருணகிரியார் திருப்புகழில் பாடுகிறார். செல்வன் ஒருவனை இரவலன் அடைந்து ஏதேனும் யாசித்தால் அவன் வள்ளலாக இருந்தால் கேட்ட பொருளைத் தருவான். மீட்டும் அவன் வந்து கேட்டால் முன்பு தந்ததுபோல மனம் குழைந்து தருவது இல்லை. "இப்போது தானே வாங்கினாய்?" என்று சொல்வான். அடுத்தடுத்துக் கேட்கிறவனைக் கண்டால் செல்வனுக்குக் கோபம் வரும். ஒரு பிள்ளை பள்ளிக்கூடத்திற்குப் போகிறான். ஒரு நாள் பலப்பம் வேண்டுமென்று தந்தையிடம் பணம் கேட்கிறான். மற்றொரு நாள் புத்தகம் வேண்டுமென்று பணம் கேட்கிறான். பின்னும்

ஒரு நாள் ரப்பர், பின்னும் ஒரு நாள் சிலேட் என்று தினந்தோறும் நச்சரித்துக் கேட்டுக்கொண்டிருந்தால் தந்தைக்குக் கூடக் கோபம் வரும். ஒரேயடியாக வாங்கிக்கொண்டு போவது தானே?' என்று கோபித்துக் கொள்வார். முருகன் அப்படியெல்லாம் கோபிப்பது இல்லை.

எப்போது கேட்டாலும், எத்தனை முறை கேட்டாலும், வேண்டிய போதெல்லாம் கேட்டாலும் சிறிதும் வெறுப்பு அடையாமல் வேண்டியதை வேண்டிய போதெல்லாம் கொடுக்கும் வள்ளல் என்று அருணகிரியார் பாராட்டி யிருக்கிறார். அத்தகையவன் அவர் வேட்கையை நிறைவேற்ற மாட்டானா? அருணகிரிநாதப் பெருமான் கேட்ட விண்ணப்பம் பலித்தது. ஐம்பத்தொரு பாடல்கள் அமைந்த ஞானமாலையைப் பாடவேண்டும் என்று ஆர்வத்தோடு கேட்ட அருணகிரிநாதருக்கு அதற்கு வேண்டிய ஆற்றலை அவன் அருளினான்.

அநுபவ நிலை

நாவன்மையும், மன ஆற்றலும் மட்டும் இருந்தால் அநுபூதியைப் பாடமுடியாது. திருப்புகழைப் பாடுவதற்கு அந்த இரண்டும் இருந்தன. அதனால் பாடி விட்டார். ஆனால் இந்த ஞானமாலையைப் பாடுவதற்கு அவருடைய பக்குவ நிலை உயரவேண்டும். அநுபூதி பெற்ற பிறகே அநுபூதியைப் பாடவேண்டும். ஆகையால் முருகப்பெருமான் அருணகிரி நாதருக்குப் பெரிய அநுபூதியைத் தந்து ஜீவன் முக்தராக்கி, அப்பால் கந்தர் அநுபூதியைப் பாடச் செய்தான். அருணகிரிநாதர் கந்தர் அநுபூதியைப் பாடவேண்டு மென்று கேட்டாலும் அதற்கு முன்னாலே அருள் அநுபூதியைத் தரவேண்டும் என்ற விண்ணப்பமும் அந்தப் பாடலில் குறிப்பாகத் தொனிக்கிறது. அவர் பாடின திருப்புகழ் அலங்காரம் முதலியவை ஒருவகை. அநுபூதி ஒரு தனி வகை. பொருள் நிரம்பி, உருவம் சுருங்கி, கந்தர் அநுபூதி விளங்குகிறது. ஆண்டவன் திருவருளால் பெற்ற அநுபவத்தை நுட்பமாகச் சொல்லியிருக்கிறார்.

கிளிமொழி

கந்தர் அநுபூதியைப் பற்றிச் சில வரலாறுகள் வழங்குகின்றன. அருணகிரியார் கிளி உருவத்தில் இருந்து அநுபூதியைப் பாடினார் என்று சொல்வார்கள். அருணகிரியார் ஐம்பத்தொரு பாடல்களைப் பாடவேண்டுமென்று விரும்பினார். ஆண்டவன் அருள் பெற்று, அநுபூதியைப் பெற்று, அதன் பிறகு கந்தர் அநுபூதி என்ற இந்த அருமையான நூலைப் பாடினார்.

இரண்டு கிளிகள்

சைவத்திற்கும், வைணவத்திற்கும் இரண்டு பேர் இறைவனுடைய புகழைக் கிளி உருவத்தில் இருந்து யாடியிருக்கிறார்கள். வைணவத்தில் பாடியவர் சுகப் பிரம்மம். அவர் பாடியது பாகவதம். சுகமுனிவர் உலக இயலைக் கடந்து நின்றவர். அவருடைய தூய இயல்பைப் பற்றி ஒரு கதை வழங்குகிறது. அம்முனிவர் பிறந்த உடனேயே வெளியே புறப்பட்டு விட்டாராம் அவரைப் பெற்றவராகிய வியாச பகவான், "சுகா! சுகா!" என்று அவரை அழைத்துக்கொண்டு போனாராம். அப்போது மரம் மட்டை எல்லாம் "ஏன்? ஏன்?" என்று கேட்டனவாம். வியாசர் தம் பிள்ளையைத் தேடிச் சென்று போகும்போது இடையிலே ஒரு குளத்தில் மகளிர் குளித்துக் கொண்டிருந்தனர். வியாசர் வருவதைக் கண்டு தங்களுடைய ஆடையை அவர்கள் எடுத்து கொண்டார்களாம். அதனைக் கவனித்த வியாசர், எனக்கு முன்னாலே என்னிலும் இளைய ஒருவன் போகும்போது நீங்கள் ஆடை கட்டிக் கொள்ளவில்லை; என்னைக் கண்டு ஏன் கட்டிக்கொள்கிறீர்கள்?" என்று கேட்டாராம்.

"உங்களுக்குத்தான் நாங்கள் ஆடை கட்டிக்கொள்கிறோம் என்று பார்க்கிற பார்வை இருக்கிறது. முன்னாலே போனவருக்கு, அத்தகைய உணர்ச்சி எதுவும் இல்லை" என்று சொன்னார்களாம். அப்படி ஞானமயமாக நின்றவர் சுகப்பிரம்மம். அவர் கண்ணபிரானுடைய திருவிளையாடல்களைப் பாடியிருக்கிறார். பாகவதம் கிளி மொழி.

அதுபோலவே அருணகிரிநாதப் பெருமான் முருகனுடைய திருவருளினால் ஜீவன் முக்த நிலை பெற்று அநுபூதியில் தோய்ந்து கிளியாக நின்று கந்தர் அநுபூதி பாடினார். ஆகவே, கந்தர் அநுபூதிப் பாடலும் ஒருவகைக் கிளி மொழிதான்.

பக்தர்களுக்கு உபாசனா தெய்வங்களாகப் பல மூர்த்திகள் உண்டு. ஆயினும் வைணவத்தில் கண்ணனையும், சைவத்தில் கந்தனையும் வழிபடுகிறவர்கள் சிறந்த பக்தர்களாக இருக்கிறார்கள். யந்திர மந்திர தந்திரங்களாகிய வரையறை இல்லாமல் நெஞ்சுருகி வேண்டியபடி பஜனை செய்து போற்றுகிற மூர்த்திகள் கந்தனும், கண்ணனும் பாகவத சம்பிர தாயப்படி பஜனை செய்கிறவர்கள் கண்ணனை முக்கியமாக வைத்துக் கொள்வார்கள். அப்படியே தமிழ் நாட்டில் பக்தி செய்கின்ற மக்கள் பெரும்பாலும் முருகனுடைய அடியார்களாக இருப்பதைக் காணலாம். கந்தனும், கண்ணனும் பலவகையில் ஒப்புமை உடையவர்கள். கண்ணன் கீதோபதேசம் செய்த ஆசார்யன். முருகனும் பிரணவ உபதேசம் செய்த ஆசார்யன். இரண்டு பேரும் குழந்தைத் திருவுருவத்தில் போற்றப்படுகிறார்கள். முருகன் குறப்பெண்ணை மணந்தான். கண்ணன் ஆயர்குலப் பெண்ணை மணந்தான். இருவரும் தம் நிலையினின்றும் இறங்கி வந்து தம்மைக் காட்டிலும் எத்தனையோ மடங்கு இழிந்தவர்களென்று உலகினர் கருதும் மக்களிடம் கருணை பாலித்து நலம் செய்தவர்கள். பக்தர்களுக்குரிய மூர்த்தியாகக் கண்ணனும் கந்தனும், இருப்பதற்கு ஏற்றபடி இரண்டு கிளிகள் அவர்களுடைய புகழைப் பாடின. ஒன்று

கண்ணனுடைய வரலாற்றைப் பாடியது. மற்றொன்று முருகனால் பெற்ற அநுபூதியின் சிறப்பைப் பாடியது.

சித்தர் முறை

அருணகிரியார் கிளியாக இருந்து கந்தர் அநுபூதியைப் பாடினார் என்ற வரலாற்றின் உண்மையைச் சற்றே ஆராயவேண்டும். பௌதிக சரீரமாகிய இந்த உடம்பைக் கொண்டு அவர் திருப்புகழ் முதலியவற்றைப் பாடினார். இந்த உடம்பிலுள்ள பஞ்ச பூதங்களும் தனித்தனியே அந்த அந்தப் பூதத்தோடு கலக்க, சித்தர்கள் உடம்பினின்றும் பிரிந்து செல்வார்கள். 'அருட்பிரகாச 'வள்ளலார் அப்படி மறைந்தார் என்று நம்புகிறார்கள். பௌதிக சரீரம் நமக்கு நோயினாலும், வேறு வகையினாலும் கெட்டுப் போகிறது. பின்பு அதை எரித்துவிடுகிறார்கள்.

ஆனால் யோகம் முதலியவற்றால் தம்முடைய உடம்பைத் தூயது ஆக்கிக்கொண்ட சித்தர்கள் இதிலிருந்து பௌதிகப் பகுதிகளை எல்லாம் மூலத்தோடு ஒன்றுபடும்படி செய்து இறைவன் திருவடியோடு சேர்ந்து விடுகிறார்கள் என்று சித்த நூல் வல்லுநர் சொல்வார்கள். அவ்வண்ணமே அருணகிரி நாதப் பெருமான் இந்தப்புலால் உடம்பை நீத்துச் சுக சொரூபமாகிய கிளியின் திருவுருவத்தை அடைந்தார் என்று கொள்ளலாம். மற்றவர்கள் இறந்துபடுவதுபோல அவரும் இறந்து படாமல், இருந்தது இருந்தபடியே உடம்பு மறைய, இறைவன் திருக்கரத்தில் பச்சைப் பசுங் கிளியாக எழுந்தருளினார். சித்தர் முறையில் இதற்கு மேலே சொன்னபடி பொருள் கொள்ளலாம். இதனை நம்பாதவர்களுக்கு ஞான நூல் முறையில் மற்றொரு வகையில் பொருள் கொள்ளலாம்.

பதி கரணம்

மனிதன் இந்த உடம்பு இருக்கும் போதே இறைவன் திருவருளைப் பெற்று முத்தி இன்பத்தைப் பெறலாம் என்பது

விட்டு முடைய சாத்திரத்தின் துணிபு. உடம்பை விட்டு இறைவனோடு ஒன்றுபடும் முத்தியை விதேக முத்தி என்றும், உடம்பு இருக்கிறபோதே பெறும் முத்தியை ஜீவன் முத்தி என்றும் சொல்வார்கள்.

உலக இயலில் ஈடுபட்டு வாழ்கிற மனிதனைப் போலவே ஞானம் பெற்றவர்கள் இருந்தாலும், அவர்களுடைய கருவி கரணங்கள் ஞான அக்கினியால் தூய்மைபெற்று முத்தி நிலத்தில் வசித்துக்கொண்டிருக்கும். அதற்கு முன்னால் இருந்த கரணங்கள் மாறி வேறுவகையான கரணங்கள் அமையும். பசு கரணம் மாறிப் பதி கரணம் அமையும் என்று சாத்திரங்கள் சொல்கின்றன. அருணகிரிநாதப் பெருமான் பசு கரணத்தோடு இருந்தபோது திருப்புகழ் முதலியவற்றைப் பாடினார். அக் கரணங்கள் பதிகரணமாக மாறி ஜீவன் முத்தி நிலை பெற்ற பிறகே கந்தர் அநுபூதியைப் பாடினார்.

சொன்னதைச் சொன்ன கிளி

ஜீவன் முத்தநிலை பெற்றுப் பாடும்போது அருணகிரியார் பாடலை எம்பெருமானே அவர் வாயிலாகப் பாடினான். கிளி என்ற நினைவு வரும் போது தமிழிலுள்ள பழமொழி ஒன்றும் நினைவுக்கு வருகிறது. "சொன்னதைச் சொல்லும் கிளிப் பிள்ளை" என்பது அது. முருகப்பெருமான் சொன்னதை அருணகிரியார் சொன்னார். இறைவன் மயமாக நின்ற நிலையில் அவர் பாடின அத்தனையும் முருகப்பெருமான் பாடினவையாகவே கொள்ளவேண்டும். முருகன் உள்ளிருந்து சொல்ல அதனைத் தம் வாயினாலே அருணகிரியார் திருவாய் மலர்ந்தருளினார்.

இப்படிக் கொள்வது ஒரு மரபு. ஞானசம்பந்தப் பெருமான் ஞானம் பெற்றுப் பாடிய பாடல்கள் எல்லாம் இறைவன் உள்ளிருந்து சொன்னவையாகக் கொள்ள வேண்டும். திரு இலம்பையங் கோட்டூர்த் தேவாரத்தில் ஒவ்வொரு பாடலிலும், "எனதுரை தனதுரையாக" என்று அப் பெருமான் பாடியிருக்கிறார். "இந்தப் பாடல்களை நான் பாடவில்லை.

எம்பெருமானே என்னைக் கருவியாகக் கொண்டு பாடுகிறான்" என்ற கருத்தோடு அப்படிப் பாடினார். அவ்வாறே அருண கிரிநாதப் பெருமானை முருகப்பெருமான் அதிஷ்டித்து நின்று பாட அவர் பாடினார்.

இராமலிங்க சுவாமிகள் தம்முடைய பசு கரணங்கள் மாறிப்பதி கரணங்கள் வரவேண்டும் என்று ஆண்டவனை வேண்டியிருக்கிறார்;

**"படமுடியா தினித்துயரம் படமுடியா தரசே
பட்டதல்லாம் போதுமிந்தப் பயந்தீர்த்திப் பொழுதென்
உடல்உயிரா தியவெல்லாம் நீஎடுத்துக் கொண்டுன் உடலுயிரா
தியவெல்லாம் உவந்தெனக்கே அளிப்பாய்!"**

இந்தப் பாடலில், "என் உடல் பொருள் ஆவி ஆகியவை எல்லாவற்றையும் எடுத்துக்கொண்டு உன் உடல் பொருள் ஆவி ஆகியவற்றை எனக்கு அளிப் பாயாக என்று சொல்கிறார். இது பௌதிக சரீரத்தின் பண்பு மாறிச் சிவஞான சரீரம் வரவேண்டும் என்ற கருத்தைச் சொல்வது. அருணகிரியார் அத்தகைய நிலையைப் பெற்றார்.

வாயில் எதற்கு?

"முருகப் பெருமான் கந்தர் அநுபூதியை அருணகிரியார் வாயிலாகச் சொல்ல வேண்டிய அவசியம் என்ன? அவனே நேரில் சொல்லிவிடலாமே" என்று ஒருகருத்து எழுவதற்கு நியாயம் உண்டு. வேதங்களை முனிவர்கள் இயற்றினார்கள் என்பது புதிய ஆராய்ச்சிக்காரர்கள் கொள்கை. ஆனால் பழைய மரபுப்படி அப்படிச் சொல்வது இல்லை. வேதம் இறைவனுடைய திருவாக்கு என்பார்கள். இறைவன் நேரே அவற்றை வந்து சொல்லவில்லை. பரமாகாசத்தில் அலையலையாக மிதந்து கொண்டிருந்த வேதமாகிய ஒலிகளை ஏற்றுக் கொள்வதற்குரிய பக்குவிகளாகிய முனிவர்கள் அவற்றை அறிந்து சொன்னார்கள். அதனால் அவர்களை மந்திரங்களைக் கண்டவர்கள் என்ற பொருளை யுடைய 'மந்திரத் திரஷ்டாக்கள்' என்று சொல்வார்கள். வேத

மந்திரங்களை வெளியிடுவதற்கு அவர்கள் கருவியாக இருந்தார்களே யன்றி அவர்களே அவற்றைச் சொன்னார்கள் என்று சொல்வது முறை அன்று.

அவ்வாறே முருகப்பெருமானுடைய திருவாக்கு உலகத்திற்குப் பயன்படும் பொருட்டு அருணகிரியார் வாங்கித் தம்முடைய வாக்கினாலே சொன்னார் என்று கொள்வது பொருத்தம். முருகனுடைய வாக்கைக் கேட்பதற்குரிய ஆற்றல் நமக்கு இல்லை. பெரும் கூட்டத்தில் ஒரு மனிதன் பேசினால் அவனுடைய குரல் எல்லாருக்கும் காதில் விழாது; அருகில் இருப்பவர்களுக்கு மாத்திரம் விழும். முருகப்பெருமானுக்கு அருகில் உள்ளவர்களே அவன் மொழியும் உபதேசத்தைக் கேட்க முடியும். அப்படியின்றி எல்லோரும் கேட்கவேண்டுமானால் அதற்குரிய தந்திரம் ஒன்று செய்யவேண்டும். இப்போது பேசுபவர் களுடைய பேச்சைக் கூட்டத்திலுள்ள எல்லோரும் கேட்க வேண்டுமானால் ஒலிபெருக்கியை வைக்கிறோம். ஒலி பெருக்கி தானாகப்பேசாது. ஒலி பெருக்கி இல்லாமல் ஒருவன் பேசினால் அது எல்லோருடைய காதிலும் விழாது. ஒருவன் பேச, அதை ஒலிபெருக்கி வாங்கிக் கொண்டு நெடுந்தூரத்திற்குக் கொண்டு சொல்வது போல, இறைவன் பேச அதனை உரிய பக்குவம் உடைய பெரியவர்கள் வாங்கிக்கொண்டு உலகத்தாருக்கு வெளியிடுகிறார்கள். முருகனுடைய மொழி நமக்கு விளங்காது. அதனை நமக்கு விளங்கும் மொழியில் அருணகிரியார் சொன்னார்.

முருகன் சொன்னதைச் சொன்னமையினால் இது கிளியின் வாக்கு என்று பெருமக்கள் அலங்காரமாகச் சொன்னார்கள் என்று கொள்ளலாம்.

அநுபவ வாக்கு

அருணகிரிநாதர் கந்தர் அநுபூதியைப் பாடும் போது பக்குவத்தில் உயர்ந்து நின்றார் என்பதை நம் மனத்தில் கொண்டால் போதும். கந்தர் அநுபூதியைப் பாராட்டின

பெருமக்கள் பலர். அவரே, 'ஆசை' கூர் பக்தனேன்' என்ற திருப்புகழில்,

"மாசிலோர் புத்தியளி பாட"

என்று வேண்டிக்கொண்டிருக்கிறார். அது பலித்தது. தாயுமான சுவாமிகள் வேதாந்த சித்தாந்த சமரச நிலை பெற்ற சிறந்த அநுபூதிமான்; நிஷ்டாபரர். அவர் தம் பாடலில் பல நூல்களைப் பாராட்டியிருக்கிறார். அருணகிரிநாதரிடம் அவருக்கு எல்லையற்ற மதிப்பு உண்டு. இறைவனுடைய அருள் இன்ம அநுபவம் எல்லோராலும் சொல்லொணாதது. "கண்டவர் விண்டிலர்" என்று ஒரு பழமொழி உண்டு. ஆனாலும் அதைப் புலப்படுத்துவதற்குரிய நெறியை உணர்ந்தவர்கள் சொல்லலாம்.

மக்கள் உய்யவேண்டுமென்று தாம் பெற்ற அநுபவத்தைச் சொல்கிறவர்கள் மிக அரியர். தாம் பெற்ற அனுபவத்தில் தம்மைக் கரைத்துக்கொண்டு அப்படியே இருந்து விடுபவர்களே பெரும்பாலோர் அப்படி அல்லாமல் பலர் இந்த இன்பத்தை, மற்றவர்களும் அடையவேண்டுமென்று கருணையினால் நினைக்கலாம். நினைப்பதோடு நின்றால் பிறருக்குப் பயன் உண்டாகாது. நினைப்பதைச் செய்யும் ஆற்றல் பெற்றவர்கள் மிகச் சிலரே. சில பெரியவர்கள், "யான் பெற்ற இன்பம் பெறுக இவ்வையகம்" என்று அரிய உபதேசங்களைச் சொல்லியிருக்கிறார்கள். அந்த அநுபவப் பாடல்களை எல்லாம் ஒருசேர வைத்துப் பார்த்தார் தாயுமானவர், யாரும் எட்டாத அளவில், அநுபவத்திற்கு மிகவும் அண்மையில் உள்ள நிலை வரைக்கும் அருணகிரியார் நம்மை அழைத்துச் செல்கிறார் என்ற உண்மையை அவர் உணர்ந்தார்.

ஒரு பெரிய அரண்மனை. அரண்மனையில் அரசன் தங்கும் இடம் நடுவில் இருக்கிறது. அரண் மனையில் வேலை செய்யும் சேவகனை நாம் கண்டால் வாசல் வரைக்கும் அழைத்துச் செல்வான்.

அதற்கு அடுத்த நிலை வரைக்கும் அழைத்துச் செல்வார் உண்டு. இப்படியே மூன்றாவது நிலை, நான்காவது நிலை, ஐந்தாவது நிலை என்று சற்றுத் தூரமாக அழைத்துச் செல்கிறவர்களும் இருப்பார்கள். ஆனால் அரசனுக்கு அருகில் அழைத்துச் சென்று விடுபவர்கள் மிகவும் சிலரே. மற்றவர்கள் பாடிய பாடல்கள் எல்லாம் இறைவனுடைய இன்ப அநுபவத்திற்குச் சற்றுத் தூரத்தில் நம்மை நிறுத்திவிடுகின்றன. அருணகிரிநாதப் பெருமான் பாடிய கந்தர் அநுபூதியோ மற்ற யாரும் இட்டுச் செல்லாத அளவுக்கு நம்மை அழைத்துச் செல்கின்றது. அந்த உண்மையைத் தாயுமானவர் பாடுகிறார்.

தாயுமானவர் ஈடுபாடு

***"ஐயா அருணகிரி அப்பா உனைப்போல
மெய்யாக ஓர்சொல் விளம்பினர்யார்? - வையகத்தோர்
சாற்றரிதென் றேசற்றார் தன்னனையாய் முக்கணெந்தை
நாற்றிசைக்கும் கைகாட்டி னான்"***

உலகம் உய்யவேண்டும் என்று கருதி அநுபவத்தைச் சொல்ல விரும்பிய அருளாளர்கள், அது சொல்வதற்கு அரியது என்று ஏசற்று நின்றார்களாம். இறைவனே எழுந்தருளி நான் சொல்கிறேன் என்று வந்தானாம். அவனாலும் சொல்ல முடியவில்லையாம். சிறந்த சங்கீத வித்துவான்கள் தம் மாணாக்கர்களுக்குச் சிட்சை சொல்லித் தரும்போது மேல் ஸ்தாயியில் தம்மால் பாடிக் காட்ட முடியாவிட்டால் கையைக் காட்டி விடுவார்கள். அதுபோலத் தம்மால் சொல்ல இயலாத நிலையில் இறைவன் நான்கு திசையும் கையைக் காட்டிவிட்டானாம். இப்படிச் சமத்காரமாகத் தாயுமானவர் சொல்கிறார்.

***"வையகத்தோர்
சாற்றரிதென் றேசற்றார் தன்னனையாய் முக்கணெந்தை
நாற்றிசைக்கும் கைகாட்டி னான். "***

வையகத்தோரால் சொல்ல முடியாததை, முக்கண் எந்தை நாற்றிசைக்கும் கை காட்டியதை, அருணகிரியார்

சொன்னாராம். ஆகையால் அவரைப் பாராட்டுகிறார் தாயுமானவர்,

அவரே தலைவர் என்று கண்டு,

"ஐயா அருணகிரி அப்பா"

என்று விளித்தார். தந்தை தன் காலத்தில் பலவகை அல்லல்களைப் பட்டு உழைத்துப் பொருளை ஈட்டி அந்தப் பொருளைத் தன் மக்கள் எளிதில் பெறும்படியாக வைப்பான். அவ்வாறே அருணகிரிநாத சுவாமிகள் இறைவன் திருவருளைப் பெறுவதற்குப் பல பாடுபட்டு அதைப் பெற்றுப் பிறர் கூடியவரையில் எளிதாகப் பெறும்படி அரிய நூலைச் செய்து வைத்தார். இந்தக் கருத்தை நினைந்தே, "அப்பா" என்று விளித்தார் தாயுமானவர்.

எந்தப் பாட்டைக் கண்டு இப்படி அதிசயப்படுகிறார் என்பதையும் பார்க்கவேண்டும். அதனை ஒரு கண்ணியில் சொல்கிறார்.

"கந்தரநு பூதிபெற்றுக் கந்தரநு பூதிசொற்ற
எந்தையருள் நாடி இருக்குநா ளெந்நாளோ?"

அருணகிரிநாதப் பெருமானது அருளைத் தாம் பெற வேண்டும் என்கிறார் தாயுமானவர். கந்தர் அநுபூதியைப் பெற்றுப் பாடினவர் அருணகிரியார் என்கிறார். கந்தர் அநுபூதி கலி விருத்தங்களாலாகிய நூல். பாட்டுப் பாடும் ஆற்றல் உள்ளவர்கள் அத்தகைய கலி விருத்தங்களை எவ்வளவு வேண்டுமானாலும் பாடலாம். புலமையும், பாடும் ஆற்றலும் உள்ளவர் கள் இதேமாதிரியான பாடல்களைப் பாடினால் அவை அநுபூதியாகா. அருணகிரியார் பாடுவதற்கு முன்னால் அநுபூதியைப் பெற்றார். கந்தன் திருவருளால் அநு பவமாகிய அநுபூதியைப் பெற்ற பின்பு கந்தர் அநு பூதியைப் பாடினார். அந்தப் பாடலில் அவர் அநுபவம் சிறந்து நிற்பதைக் காணலாம். ஆகவே, மற்றச் சமயங்களில் அவர் பாடிய பாடல்களில் இத்தகைய அநுபவ உறைப்பு இல்லை. கந்தர்

அநுபூதியைப் பாடும் போது பழுத்த பழமாக நின்று பாடினார். அவர் உள்ளம் மலர்ச்சி பெற்றுப் பாடியது திருப்புகழ் முதலியவை. அவர் இறையருள் இன்பத்தில் கனிந்து நின்று பாடியது கந்தர் அநுபூதி.

கந்தன்

கந்தர் அநுபூதி என்ற தொடருக்குக் கந்தருடைய திருவருளால் பெற்ற அநுபவத்தைச் சொல்லும் நூல் என்று பொருள் கொள்ளவேண்டும்; அல்லது கந்தரையே அநுபவித்த அநுபவத்தைச் சொல்வது என்றும் கொள்ளலாம். அருணகிரிநாதப் பெருமான் கந்தன் என்ற சொல்லிலே ஆசை உடையவர். நூலுக்குள்ளே முருகன் முதலிய அழகிய திருநாமங்களை வழங்கினாலும் நூல்களுக்குத் தலைப்பு வைக்கும் போது கந்தர் அலங்காரம், கந்தர் அநுபூதி, கந்தர் அந்தாதி என்றே வைக்கிறார். ஸ்கந்தன் என்ற சொல்லே கந்தன் என்று தமிழில் வரும். ஸ்கந்தம் என்பதற்குப் பற்றுக் கோடு, தூண், இணைந்தது என் று பலபடியாகப் பொருள் உள்ளன. இந்தத் திரு நாமத்தின் சிறப்பைப் பற்றிக் கந்தர் அலங்காரச் சொற்பொழிவில் சொல்லியிருக்கிறேன். எல்லோருக்கும் பற்றுக் கோடாக இருக்கிறவன் ஆண்டவன் கந்தன். உமா தேவியார் ஆறு திருவுருவங்களாக இருந்த குழந்தையை வாரி அணைக்க, ஆறு திருமுகங்களுடைய ஒரு குழந்தையாக ஆனதனால் கந்தன் என்ற பெயர் வந்தது என்று கந்தபுராணம் சொல்கிறது.

சிதறுண்ட பொருள்களை எல்லாம் ஒன்றாக்கும் ஆற்றல் பெற்றவன் கந்தப் பெருமான். நம் உள்ளம் எப்போதும் சிதறுண்டிருக்கிறது. நம்முடைய மனத்தில் தோன்றுகிற பற்று ஏதேனும் ஒன்றிலே அமைவது இல்லை. உலகத்திலுள்ள பொருள்களில் ஆசை வைத்தாலும் கூட ஒன்றையே எப்போதும் ஆசைப்படுவது இல்லை. மனித மனத்தின் இயல்பே எப்போதும் அலைந்து கொண்டிருப்பது. மனம் வாயுவின் அம்சம். ஒரு நெறியில் மனம் வைத்து உணராதவர்கள் நாம். பல நெறியில் சென்று சிதறுண்ட

மனத்தை ஒன்றுபடுத்தும் ஆற்றல் கந்தப்பெருமானின் திருவருளால் வரவேண்டும். அத்தகைய பெருமான் ஆகையால் அவனைக் கந்தன் என்று பாராட்டினார்கள் பெரியவர்கள்.

அநுபூதி

அநுபூதி என்பது அநுபவம். இறை அநுபவத்தை அநுபூதி என்று சொல்வார்கள். நாமும் பல வகையான அநுபவங்களைப் பெறுகிறோம். அந்த அநுபவம் மூன்று வகைப்படும். ஓர் அநுபவம் உடம்பும் உள்ளமும் சேர்ந்து பெறும் அநுபவம். நாம் வாழ்ந்து கொண்டிருக்கும்போது அடைகிற அநுபவங்கள் எல்லாம் இந்த வகையைச் சேர்ந்தவை. கண்ணால் அழகிய பொருளைக் காண்கிறோம். கண்டவுடன் மனம் உணர்ந்து மகிழ்கிறது. அப்படியே இனிய ஓசையைக் காதாலே கேட்கும் போது, கேட்ட பிறகு மனத்தில் உணர்ச்சியாகத் தாக்கி இன்பத்தைத் தருகிறது. மெல்லிய தென்றலினால், நறு மலர்களின் மணத்தால், இனிய சுவைப் பொருள்களினால் நாம் இன்பத்தை அடைகிறோம். இவை யாவும் பொறிகளினால் நுகரும் அநுபவம். புலன்கள் விழித்திருக்க வேண்டும். மனமும் விழித்திருக்க வேண்டும். புலனும், மனமும் சேர்ந்து பெறுகிற இன்பம் இது.

அடுத்தது, மனம் மாத்திரம் அநுபவிக்கின்ற அநுபவம். கனவிலே நுகரும் நுகர்ச்சி அத்தகையது. அப்படியே, கண்ணை மூடிக்கொண்டு குருட்டு யோசனை பண்ணும் போது மனத்தில் உண்டாகிற கவலை, பயம், மகிழ்ச்சி ஆகிய யாவும் உள்ளத்தினால் மட்டும் அநுபவிக்கும் அநுபவம். இந்த இரண்டு அநுபவங்களிலும் சுகம் துக்கம் என்ற வேறுபாடு உண்டு.

இந்த இரண்டுக்கும் அப்பாலே உயிர் அநுபவிக்கின்ற அநுபவம் உண்டு. அதுதான் ஆனந்தம் என்பது. அந்த அனுபவந்தான் அநுபூதி பெயராலே பெருமக்களால் சொல்லப்பெறுகிறது. இறைவன் திருவருளால் பெறுகிற

ஆனந்தம் சுகமும் அன்று, துக்கமும் அன்று என்று பேசுவார்கள். ஆனந்தம் என்றாலே துக்கம் இருக்க வேண்டுமே என்று நமக்குத் தோன்றும். சுகதுக்கம் ஆகிய இரண்டும் மன எல்லைக்குள் அகப்பட்டவை. ஆன்மாவோடு சம்பந்தம் உடையது ஆனந்தம் ஒன்றுதான்.. சச்சிதானந்தப் பொருளாகிய இறைவனோடு ஒன்று. சேருகிற நிலையில் அந்த ஆனந்தம் உண்டாகிறது. அது நிழல் இல்லாத ஒளி போன்றது. அத்தகைய அநுபூதி எல்லா ஆன்மாக்களுக்கும் கிடைப்பது இல்லை. அந்த அநுபூதி நமக்குக் கிடைக்காமல் தடுப்பது பாசம் அல்லது மலம். அந்த மலத்தில் மிகவும் முக்கியமானது ஆணவம். ஆன்மா ஆணவத் தோடு இருக்கும் மட்டும் சிறந்த அநுபவம் வராது. ஆணவத்தை விட்டு இறைவனோடு ஒன்றுபட்டால் அந்த ஆனந்தம் கிடைக்கும்.

'ஆணவத்தோ டத்துவித மானபடி மெய்ஞ்ஞானத் தாணுவினோ டத்துவிதம் சாருநா ளெந்நாளோ?'

என்பர் தாயுமானவர்.

உயிருக்கு ஆணவம் என்ற அழுக்கு இருக்கிறது. அந்த அழுக்குப் போனால்தான் இறைவனுடைய ஆனந்தம் நமக்குக் கிடைக்கும். அழுக்கு உள்ள மட்டும் இறைவன் எத்தனை நெருங்கி இருந்தாலும் அந்த ஆனந்தம் ஆன்மாவில் உறைக்காது. பாத்திரங்களுக்கு ஈயம் பூசவேண்டும். ஈயம் பூசுகிறவன் வருகிறான். அவன் முதலில் பாத்திரத்தைச் சுத்தப் படுத்துகிறான். அதன் அழுக்கை மாற்றிப் பின்பு கனலில் இட்டு நன்றாகக் காய்ந்தபின் நவாசாரப் பொடியைத் தூவி ஈயத்தைப் பூசுகின்றான். முதல் காரியமாகப் பாத்திரத்தின் அழுக்குப் போகும்படியாகச் செய்கிறான். அப்புறமே நவாசாரப் பொடியைத் தூவி ஈயம் பூசுகிறான். அப்படியே, இறைவன் உயிரோடு ஒட்டிய அழுக்கை முதலில் நீக்கி, ஞானக் கனலிலே இட்டுச் சூடாக்கி, பேரருளாளர்களின் உபதேசமாகிய நவாசாரப் பொடியைத் தூவி ஆனந்த அநுபவத்தை நமக்குத் தருகிறான்.

**"ஆணவ அழுக்கடையும் ஆவியை விளக்கி அநு
பூதிஅடை வித்ததொரு பார்வைக்காரனும்"**

என்று அநுபூதியின் திறத்தை அருணகிரியார் திரு வகுப்பில் பாடுகிறார்.

இந்த உடம்பில் இருக்கும்போதே இறைவனுடைய அருள் அநுபவம் பெறுவது சாத்தியம் என்று பெருமக்கள் சொல்லியிருக்கிறார்கள்.

**"உரையவிழ உணர்வவிழ உளமவிழ உயிரவிழ
உளபடியை உணருமவர் அநுபூதி யான துவும்"**

என்பது சீர்பாத வகுப்பு. இத்தகைய அநுபவத்தை மற்ற மக்களும் பெறவேண்டுமென்று அருணகிரியார் கந்தர் அநுபூதியைப் பாடினார்.

கந்தர் அலங்காரத்திலும் தாம் பெற்ற அநுவபத்தைச் சில பாடல்களில் சொல்லியிருக்கிறார். ஆனால் அநுபூதியில் நுட்பமாகவும் அழுத்தமாகவும் சொல்கிறார்.

அநுபூதியின் அமைப்பு

ஐம்பத்தொரு பாடல்கள் அடங்கிய கந்தர் அநுபூதியைப் படித்தால் எல்லாமே அநுபூதியைச் சொல்கின்ற பாடல்களாக இரா. அதனைக் கண்டு, இது காறும் சொல்லிவந்தன எல்லாம் வெறும் புனைந்துரை என்று தோன்றும் அநுபவத்தை அப்படியே சொல்ல முடியாது.

"பேசா அநுபூதி பிறந்ததுவே"

என்று அருணகிரிநாதப் பெருமானே ஒரு பாடலில் சொல்லியிருக்கிறார். அநுபூதி என்பது நேரே அநுபவத்தைக் காட்டுகிற பாடல் அல்ல; அநுபவத்திற்கு நம்மை அழைத்துச் செல்லும் வழியைச் சொல்வது. அந்த வழி நம்மிடத்திலிருந்து தொடங்கி இறைவனிடத்தில் முடியும். முருகப் பெருமானுடைய இன்ப அநுபவம் பெற்ற அருணகிரிநாதர்

அவனிடத்தில் நின்றுவிடவில்லை. மீட்டும் நம்மளவும் வந்து நின்று, "வாருங்கள்,வாருங்கள்" என்று நம்மையும் அங்கே அழைத்துச் செல்கிறார். நம்முடைய நிலையை நமக்குக் காட்டி, நடுவழியில் உள்ளவற்றைக் காட்டி, இறைவனைக் காட்டி, இறைவனோடு ஒன்றுபடும்போது உண்டாகும் இன்பத்தை ஓரளவு காட்டி அநுபூதிப் பாமாலையை நிறைவேற்றுகிறார்.

சாத்திரத்தைச் சொல்பவராக இருந்தால் படிப் படியாக ஒன்று, இரண்டு, மூன்று என்று திட்டமாகச் சொல்லியிருப்பார். அநுபூதியைப் பெற்ற இன்பக் களிப்பில் பாடுவதாகையால் அப்போதைக்கப்போது எந்த நிலை உள்ளத்தில் படுகிறதோ அதை அதைச் சொன்னார். முதல் பாட்டில் மாதர் மயலைப் பற்றிச் சொல்லியிருப்பார். அடுத்த பாட்டில் இறைவன் அருள் அநுபவத்தைச் சொல்லியிருப்பார். "இது என்ன, ஒரு திட்டம் இல்லாமல் பாடுகிறாரே?" என்றால் அவர் ஆசிரியராக நின்று படிப்படியாக உபதேசம் செய்ய வரவில்லை. தம்முடைய அநுபவத்தை விளம்பரப்படுத்தவும் வரவில்லை. உலகத்து மக்கள் தெரிந்துகொள்ள வேண்டுமென்ற கருணையினால் பாடத் தொடங்குகிறார். ஆனால் அவர் பெற்ற இன்பக் களிப்புப் பேசத் தொடங்குகிறது; அவரை நிலை கொள்ள விடுவது இல்லை. நம்மீது இரக்கம் சில பாடல்களில் தொனிக்கிறது. இறைவனுடைய அருளைப் பெற்ற வியப்புச் சில பாடல்களில் தொனிக்கிறது. இப்படி மாறி மாறி வருவதை அநுபூதிப் பாடல்களில் பார்க்கிறோம்.

முருகப்பெருமானுடைய திருவருளால் தாம் பெற்ற அநுபவத்தை அருணகிரியார் கந்தர் அநுபூதியாகப் பாடினார் என்று சொன்னேன். கந்தர் அநுபூதிப் பாடல்களில் எல்லாமே அநுபவத்தைச் சொல்வன என்று சொல்ல முடியாதென்றும், பல பாடல்கள் நாம் படுகின்ற அநுபவத்தை, அதாவது துன்பத்தைச் சொல்வனவாக இருக்கின்றன என்றும் சொன்னேன். பல இடங்களில் அருணகிரியார், "நான் இன்ன துன்பத்தை அடைந்தேனே! இன்ன பாவத்தைச் செய்தேனே" என்று சொல்கிறார்.

"வளைபட்ட கை மாதொடு மக்கள் எனும்
தளைபட்டு அழியத் தகுமோ? தகுமோ?"

"மட்டூர் குழல் மங்கையர் மையல்வலைப்
பட்டு ஊசல்படும் பரிசு என்று ஒழிவேன்?"

இந்த வகையான பாடல்களில் தாமே பல தீய செயல்களைச் செய்ததாகவும், ஆசைப்படுவதாகவும் சொல்கிறார். இவை யெல்லாம் அவருடைய அநுபவம் ஆகுமா?

மாலையில் பச்சிலை

எம்பெருமானுக்குப் பெரிய மாலை போட அவர் எண்ணினார். அந்த மாலையில் தம்முடைய அநுபவத்தைச் சொன்னதோடு நம்முடைய அநுபவத்தையும் சொன்னார். நாம் என்ன என்ன துன்பங்களை அநுபவிக்கின்றோமோ அவற்றைத் தம்முடையனவாக ஏறட்டுக்கொண்டு பாடினார். நமக்கு இறைவனிடத்தில் நேரே சொல்லிக்கொள்வதற்குரிய ஆற்றல் இல்லாமையினால், நமக்காக அவர் வக்காலத்து இல்லாமலே ஆஜர் ஆகும் வக்கீலாக இருக்கிறார். அவர் படைத்த மாலையில் இத்தகைய பாடல்கள் நடுநடுவிலே இருக்கின்றன. பல வண்ண மலர்களையுடைய மாலையின் நடுவில் பச்சை இலையைக் கட்டுவார்கள். மணமற்ற வெறும் பச்சை இலையை வைத்தும் கட்டுவது உண்டு. அந்த இலையைத் தனியே விற்க முடியாது. மாலையோடு கட்டிவிட்டால் அதுவும் சேர்ந்து விலை போகிறது. மாலையில் இருக்கும்போது பெருமையேயொழியத் தனியே அந்த இலைகளை யாரும் வைத்துக்கொள்ளமாட்டார்கள். அவற்றை மாலையாக அணிந்து கொள்ள முடியாது. அப்படியே நம்முடைய துன்பங்களையும் நம்முடைய துயர அநுபவங்களையும் நாம் சொல்வதாக இருந்தால் அவை மாலையாகா. அருணகிரிநாத சுவாமிகள் தம் அநுபவத்தோடு சேர்த்து நம் அநுபவத்தையும் மாலையாக்கினார்.

அப்படியானால் உலகினர் துன்பப்படுகிறார்களே என்று இறைவனிடத்தில் விண்ணப்பித்துக் கொண்டிருக்கலாமே! நான் இவ்வாறு செய்கிறேன்" என்று சொல்லலாமா? என்று கேட்கலாம். சில ஆராய்ச்சிக்காரர்கள் அருணகிரியார் சொல்லி யிருக்கின்ற குற்றங்கள் அவர் வாழ்க்கையில் அவர் செய்தன என்று எழுதியிருக்கிறார்கள். அப்படியானால் இப்போது கிடைக்கின்ற 1300 பாடல்களில் என்ன பாவங்களைத் தாம் செய்ததாகச் சொல்லி யிருக்கிறாரோ அவற்றை யெல்லாம் தொகுத்துப் பார்த்தால் ஒரு பெரிய வரிசை கிடைக்கும். அந்தப் பாடல்களில் உள்ள குற்றங்கள் அனைத்தையும் ஒரு மனிதன் ஒரு வாழ்நாளில் செய்ய முடியாது. இப்போது கிடைக்கும் பாடல்களிலேயே இவ்வளவு நீண்ட பட்டியல் இருக்குமானால் அவர் பாடிய பதினாறாயிரம் திருப்புகழ்ப் பாடல்களும் கிடைத்திருந்தால் எத்தகைய பெரிய பட்டியலாக இருக்கும் என்பதை ஊகித்துப் பார்க்கவேண்டும்.

பெரியவர்கள் உலகத்திலுள்ள மக்கள் செய்கின்ற குற்றங்களை எல்லாம் தம்முடையனவாக ஏறட்டுக்கொண்டு இறைவனிடத்தில் விண்ணப்பித்துக் கொள்வது இயற்கை. நிறையப் பணம் படைத்தவன் தனக்கு மேற்பட்ட பணக்காரனைப் பார்த்து, "எனக்கு அப்படிக் கிடைக்கவில்லையே!" என்று ஆசைப்படுவது போல், "நான் பாவி, நான் இழிந்தவன். இன்னும் அந்தப் பெரியவரைப் போல ஆகவில்லையே!" என்று பெரியவர்கள் புலம்புகிறார்கள். இதை நைச்சியா நுசந்தானம் என்று வடமொழியில் கூறுவார்கள்.

மொழி பெயர்ப்பாளர் நிலை

நம்முடைய துன்பங்களைத் தம்முடையனவாகச் சொல்லாமல், உலகினர் இப்படித் துன்புறுகிறார்களே என்று அருணகிரியார் சொல்லியிருக்கலாம். அப்படிச் சொல்வது வக்கீல் வாதம் போன்றது. வக்கீல்கள், “என்னுடைய கட்சிக்காரன் இப்படிச் செய்தான்; இன்னவாறு சொல்லுகிறான்” என்று வழக்காடும் போது பேசுகின்றார்கள்.

அப்படியே அவரும் சொல்லியிருக்கலாம். ஆனால் அவருடைய கருணை அதற்கும் மேற்பட்டுப் போயிற்று. அவர் நம்முடைய துவிபாஷியாக, மொழிபெயர்ப்பாளராக, அதாவது நாம் சொல்ல வேண்டியதை இறைவனிடத்தில் தாம் சொல்லிக் காட்டுகின்றவராக அமைகிறார்.

குருஷேவ் ரஷ்யாவிலிருந்து வந்து இங்கே நம்முடைய ஜனாதிபதியுடன் பேசினார். நம்முடைய ஜனாதிபதிக்கு ரஷ்ய மொழி தெரியாது; குருஷேவுக்கு இந்தி தெரியாது. இரண்டு பேருக்கும் இடையே ஒரு மொழிபெயர்ப்பாளன் இருந்து அவர் பேசியதை இந்தியில் நம் தலைவருக்குச் சொல்ல, நம் தலைவர் பேசியதை ரஷ்ய மொழியில் ரஷ்யத் தலைவருக்குச் சொன்னான். அந்த மொழி பெயர்ப்பாளனுக்கு இரண்டு பேருடைய மொழிகளும் தெரியும். அப்படி மொழி பெயர்க்கும் போது, "நான் இங்கே பத்து நாள் தங்குவதாக இருக்கிறேன்" என்று குருஷேவ் சொன்னால், "குருஷேவ் இங்கே பத்து நாள் தங்குவ தாக இருக்கிறார்" என்று அவன் மொழி பெயர்க்க மாட்டான். அவன் இந்தியில், "நான் இங்கே பத்து நாள் தங்குவதாக இருக்கிறேன்" என்றுதான் சொல்வான். அப்படிச் சொல்வதைக் கேட்டு, "இந்த மனிதனா இங்கே பத்து நாள் இருக்கப் போகிறான்?" என்று யாரும் ஐயுறமாட்டார்கள்; ஆட்சேபிக்கமாட்டார்கள். மொழிபெயர்ப்பாளன் 'நான்' என்பதை 'நான்' என்றும், 'நீ' என்பதை 'நீ' என்றுமே மொழிபெயர்க்க வேண்டும். இதுதான் முறை. அது போலவே அருணகிரிநாதர் இறைவனுக்கும் நமக்கும் இணைப்பாக நின்று, மொழிபெயர்ப்பாளராக நம்முடைய துன்பங்களை இறைவனுக்கு எடுத்துச் சொல்கிறார். அப்படிச் சொல்லும் போது தன்மையிடத்தைத் தன்மையிடமாகவும், முன்னிலை இடத்தை முன்னிலை இடமாகவும் சொல்கிறார். நாம் சொல்ல வேண்டியதை நாம் சொல்வது போலவே பாடுகிறார்.

இருவகை அநுபவங்கள்

அவருக்கு இரண்டு வகை அநுபவங்களும் உண்டு. நம்மைப் போலத் துன்பங்களைப் பட்டவ ரானமையின் நம்முடைய அநுபவம் அவருக்குத் தெரியும். இறைவனுடைய திருவருளால் இன்பம் பெற்றமையின் இறைவனால் வருகிற ஆன்ம அநுபவமும் அவருக்குத் தெரியும். இரண்டு பேருக்கும் இடையே இணைப்புப்பாலமாக அவர் இருக்கிறார். நம்முடைய அநுபவங்களைத் தம்முடைய அநுபவமாக ஏறட்டுக்கொண்டு இறைவனிடத்தில் பித்துக் கொள்கிறார். இறைவனுடைய திருவருளால் தாம் பெற்ற அநுபவங்களை நமக்குச் சொல்கிறார்.

இந்த இரண்டு இடங்களிலும் அருணகிரியார் 'நான்' என்றே சொல்வார். இந்த இரண்டு நானும் ஒரே மாதிரி அமைந்தவை அல்ல. ஒரு நான் உண்மையான 'நான்.' மற்றொன்று நமக்காக மொழிபெயர்த்துச் சொல்கிற 'நான்'.

தாம் பெற்ற உயர்ந்த அநுபவங்களைச் சொல்லும்போது அவை யாவும் அவருடைய சொந்த அநுபவங்கள் என்று கொள்ள வேண்டும். தாம் இழிந்த நிலையில் இருப்பதாகச் சொல்கிற பாடல்கள் யாவும் நாம் சொல்ல வேண்டியவை என்று தெரிந்துகொள்ள வேண்டும். கருணையினால் தாம் குறை உடையவராகச் சொல்லி, இறைவனிடத்தில் அருள் பெற்ற பெருமையினால் தாம் பேரானந்தப் பெருவாழ்வு பெற்றதாகப் பேசுகின்றார். இரண்டும் ஒருவரிடத்தில் இருக்க முடியாது. இந்த இரண்டிலும் ஏதாவது ஒன்று பொய்யாக இருக்க வேண்டும். இறைவனுடைய திருவருள் அநுபவத்தைக் கற்பனை கொண்டு எண்ண முடியாது. அநுபவித்தவர்களே சொல்ல முடியும். அந்தவகைப் பாடல்களைப் பார்க்கிறபோது அருணகிரியார் சிறந்த அநுபூதிமான் என்று தெரிந்துகொள்ளலாம். சிறந்த அநுபவியாகிய அவர் இந்தக் குற்றம் செய்தேன் என்று சொன்னால் அவர் அநுபவித்தது என்று எண்ணக் கூடாது.

நம்முடைய குற்றத்தையே அப்படிச் சொல்கிறார். இதுதான் உண்மை.

பெருமக்களின் இயல்பு

மற்ற மக்கள் செய்கிற குற்றங்களையும், படுகிற பாடுகளையும் தம்முடையனவாகச் சொல்வது பெருமக்களுக்கே இயற்கை. இந்த இயற்கையைச் சிறிதும் தடை சொல்லமுடியாத வகையில் தெரிந்து கொள்வதற்குச் சிறந்த உதாரணம் ஒன்று உண்டு. இறைவன் திருவருளால் முறுகிய பக்தி பெற்று, அதனால் அவனை அன்றி வேறு எந்தப் பொருளிலும் நாட்டம் செல்லாமல் அவனுடைய திருவருளை ஒருவர் பெற்றார். சைவ உலகம் எல்லாம் கொண்டாடும் பெருமை உடையவர் அவர். அவர் இறைவனைப் பல படியாகப் பாடியிருக்கிறார். அழகான நூல்களை இயற்றியிருக்கிறார். அவருடைய நூல்களை வேதம் போலப் பாராட்டுகிறது சைவ உலகம். அத்தகையவர் ஒரு பாடல் பாடியிருக்கிறார்.

தம்முடைய நெஞ்சைப் பார்த்து மிக்க வருத்தத்துடன் சொல்கிறார்; "ஏ மட நெஞ்சமே! நீ இறைவனை நினையாமல் இருக்கிறாயே! உலகத்திலுள்ள இன்பத்தைப் பெரிதாக எண்ணித் தவிக்கிறாயே!" என்ற கருத்தோடு பாடத் தொடங்குகிறார். "கங்கையாறு புக்கிருந்தும் நனையாத சடை முடியையுடைய சிவ பெருமானும், நம்முடைய தந்தையுமாகிய ஆண்டவன் விறகிட்டுத் தூண்டாத சிவந்த தீயைப் போல இருக்கிறான். அவன் தேவர்களுக்கு எல்லாம் தலைவன். சர்வாண்டங்களையும் தன் இருப்பிடமாகக் கொண்டவன். அவன் பாதாரவிந்தங்களை நினையாமல் நாட்களைக் கழிக்கின்றாயே! பாழும் நெஞ்சமே! இந்த உலகத்தில் மனைவியையும், மக்களையும் நமக்குத் துணை என்று நம்பி அவர்களே தஞ்சம் என்று பற்றுக்கோடாகக் கொண்டு வாழ்நாளை வீணாகக் கழிக்கின்றாயே!" என்று அவர் வருந்துகிறார். அவர் பாடிய பாடலைச் சொல்கிறேன்.

"நினையா தொழிதிகண் டாய்நெஞ்ச
மேஇங்கோர் தஞ்சமென்று
மனையா ளையும்மக்கள் தம்மையும்
தேறியோர் ஆறுபுக்கு நனையாச்
சடைமுடி நம்பன் நம்
தாதைநொந் தாதசெந்தீ
அனையான் அமரர் பிரான் அண்ட
வாணன் அடித்தலமே."

இந்தப் பாட்டைப் பார்த்தால் இதைப் பாடியவர் எத்தகையவர் என்று கொள்ளலாம்? நவீன ஆராய்ச்சிக்காரர்களிடத்தில் இந்தப் பாட்டைக் கொடுத்தால், "இதைப் பாடினவருக்கு மனைவியும், மக்களும் இருந்திருக்க வேண்டும்; அவர்களால் துன்பமுற்று இப்படிப் பாடினார்" என்று சொல்வார்கள். இந்தப் பாட்டைப் பாடியவர் ஆண்பாலே அல்லர். இறைவனுடைய திருவருளைப் பெற்று எல்லோராலும் போற்றப் பெறுகின்ற நிலையில் சைவ உலகத்தின் மதிப்புக்குரியவராக விளங்கு ம் காரைக்கால் அம்மையாரே இதைப் பாடியிருக்கிறார். அம்மைக்கு மக்கள் உண்டா இல்லையா என்பதைப் பற்றிக்கூட ஆராய வேண்டாம்.

நிச்சயமாக மனைவி இருக்க முடியாது. பெண்பாலுக்கு மனைவி எங்கே இருக்க முடியும்? இருந்தும், "மனையாளையும் மக்கள் தம்மையும் தேறி" என்று சொல்கிறார்; அது உலகத்திலுள்ள மக்களை நினைந்து சொன்னது. தம்முடைய நெஞ்சைப் பார்த்துத் தம்மையே இந்த நிலையில் இருப்பதாக அல்லவா அவர் பாடுகிறார்? பெரியவர் கள் உலகத்திலுள்ள மற்ற மக்களுடைய துன்பத்தையும், குற்றங்களையும் தம்முடையனவாக மேற் கொண்டு சொல்வார்கள் என்பதற்கு இதைக் காட்டி லும் சிறந்த உதாரணம், மறுக்க முடியாத உதாரணம், வேறு எங்கும் பார்க்க முடியாது.

அருணகிரி நாதர் கருணை

இந்த வகையில் அருணகிரிநாத சுவாமிகள் நமக்கும் முருகப்பெருமானுக்கும் இணைப்புச் சங்கிலியாக நின்று அவனோடு ஒட்டித் தாம் பெற்ற அநுபவத்தை நமக்குச் சொல்லி, நம்முடைய அநுபவங்களையெல்லாம் இறைவனுக்கு எடுத்துக் கூறி முறையிடுகிறார். இந்தப் பெரும் கருணையினால் அவருடைய கந்தர் அநுபூதி நமக்குச் சிறந்த நூலாகப் பயன்படு கிறது.

'தம்முடைய அநுபவத்தைச் சொன்னால் போதாதா? நம்முடைய துன்பங்களை ஏன் சொல்ல வேண்டும்?' என்று அடுத்தபடி கேள்வி எழும்.

அருணகிரியார் கந்தர் அநுபூதியில் சொன்னது தம்முடைய அநுபவத்தையே அன்று. அநுபவம் சொல்ல முடியாதது. அவர் அநுபவிக்கின்றபோது இன்னவாறு இருந்தது என்று சொல்லவும் முடியாது. அநுபவித்து, அதன்பின்பு உலக நிலைக்கு வந்தபோது மற்றவர்களும் உய்யவேண்டுமென்று கருதி இந்த நூலைப் பாடினார்.

பாடுவதற்குப் பயன் நெஞ்சம் உருகுதல் என்பதை இனிப் பார்க்கப் போகிறோம். இறைவன் புகழை விளம்பரப்படுத்த வேண்டும் என்பதற்கோ, தம்முடைய அநுபவத்தை யாவரும் தெரிந்துகொள்ள வேண்டுமென்பதற்கோ பாடியது அன்று இந்த நூல்.

இதைப் பாடுபவர்கள் மனம் உருகி, தம்முடைய குற்றங்களை எல்லாம் எண்ணி இரங்கி, அருணகிரியார் பெற்ற அநுபவத்தைக் கேட்டு, இத்தகைய அநுபவம் நமக்குக் கிடைக்காதா என்று ஏங்கவேண்டும். அதற்கு இந்த ஐம்பத்தொரு பாடல்களும் பயன்படும். இறைவனுடைய திருவடிக்கு அருணகிரியார் சூட்டிய மாலையானாலும் அந்த மாலையின் மணம் நம்மையும் அங்கே இழுப்பது. இந்த அருமையான செயலைச் செய்தமையினால் அருணகிரிநாதப் பெருமான் கருணையில் சிறந்தவராக விளங்குகிறார்.

"கருணைக்கு அருணகிரி"

என்று ஒரு பழம் பாடலில் வருகிறது.

நெஞ்சக் கன கல்

கந்தர் அநுபூதியைத் தொடங்கும் அருணகிரி நாதப் பெருமான் முதலில் விநாயகர் வணக்கத்தைச் சொல்கிறார். அந்த வணக்கம் பொதுவாக இல்லாமல், நூல் இயற்றும் ஆசிரியர் அந் நூல் இனி நிறைவேற வேண்டும் என்று பாடும் காப்புச் செய்யுளாக அமைந்திருக்கிறது. 'முருகப்பெருமானைப் பற்றி இயற்றப்போகிற இந்த நூல் நன்றாக முடிவதற்காக விநாயகப்பெருமான் திருவடியை வணங்குகிறேன்' என்ற கருத்தோடு அமைந்தது அந்தப் பாட்டு.

மரபு

அருணகிரி நாத சுவாமிகள் முருகப்பெருமானை விளித்துப் பாடுவது வழக்கம். ஆனாலும் மரபை விடாமல் விநாயகப் பெருமானையும் விளித்துச் சில பாடல் களைத் திருப்புகழில் பாடியிருக்கிறார். அந்த வகையில் கந்தர் அநுபூதியின் ஆரம்பப் பாட்டு விநாயக வணக்கமாக அமைந்திருக்கிறது. அந்தப் பாட்டு வருமாறு.

நெஞ்சக் கனகல்லும் நெகிழ்ந் துருகத்
தஞ்சத்து அருள்சண் முகனுக்கு இயல்சேர்
செஞ்சொல் புனைமா லைசிறந் திடவே
பஞ்சக் கரஆ னைபதம் பணிவாம்.

இந்தப் பாட்டினுடைய பொ துவான பொருள், "நெஞ்சமாகிய கனத்த கல் நெகிழ்ந்து உருகும்படியாகத் தஞ்சம் என்று வருவோருக்கு அருள் கூரும் ஆறுமுகக் கடவுளுடைய பாதத்திற்குச் செம்மையான சொற்களால் அமைந்த அலங்காரமான மாலையை அணிவதற்கு ஐந்து கரத்தினை

உடைய விநாயகக் கடவுளுடைய பாதத்தை வணங்குவோம்" என்பது இந்தப் பாட்டில் ஐந்து பகுதிகள் இருக்கின்றன.

ஐந்து பகுதிகள்

முதல் பகுதி "நெஞ்சக் கனகல்லும் நெகிழ்ந்து உருக"; இரண்டாவது பகுதி "தஞ்சத்து அருள் சண்முகனுக்கு"; மூன்றாவது பகுதி "இயல்சேர் செஞ். சொற் புனைமாலை"; நான்காவது பகுதி சிறந்திடவே ; ஐந்தாவது பகுதி "பஞ்சக் கர ஆனைபதம் பணிவாம்." இந்தப் பகுதிகளில் ஒவ்வொன்றும் மிகவும் நுட்பமான பொருள்களை உடையவை; சற்றே விரிவாகச் சிந்தித் துப் பார்க்க வேண்டியவை.

பயன்

ஏதேனும் ஒரு நூல் செய்தால் பெரியவர்கள் அந்த நூலால் இன்ன பயன் உண்டாகும் என்று சொல்வது வழக்கம். தேவாரத்தில் திருஞான சம்பந்தப் பெருமானும், சுந்தர மூர்த்தி சுவாமிகளும் ஒவ்வொரு பதிகத்தின் இறுதியிலும் திருக்கடைக் காப்புப் பாடியிருக்கிறார்கள். அதில், 'இந்தப் பதிகத்தைப் பாடுவாருக்கு இன்ன பயன் உண்டாகும்' என்று சொல்வார்கள். வடமொழியில் இதைப் பல சுருதி என்று சொல்வது வழக்கம். வடமொழி நூல்களில் இந்த மரபைக் காணலாம். பெரிய காப்பியங்களில் இறுதியில் பயனைச் சொல்வது பெரும்பாலும் வழக்கம். முதலிலும் சொல்வது உண்டு.

இங்கே அருணகிரிநாதப் பெருமான் எடுத்தவுடனேயே கந்தர் அநுபூதிப் பாடலின் பயனைச் சொல்கிறார்.

நெஞ்சக் கன கல்லும் நெகிழ்ந்து உருக

என்பது நூலினால் உண்டாகும் பயன். இந்தப் பாட்டில் முருகப்பெருமானை முதலில் நினைக்கலாம்; அல்லது விநாயகர் வணக்கம். ஆதலால் கணபதியை முதலில்

நினைக்கலாம். எடுத்தவுடனே பயனைச் சொல்கிறார் அருணகிரியார். காரணம் என்ன?

இறைவன் திருவருளால் அநுபூதி பெற்ற அருண கிரிநாதப் பெருமான் முருகன் புகழை விரிவாகச் சொல்லி முடிக்க வேண்டுமென்ற நோக்கத்தை முக்கியமாகக் கொண்டு இதைப் பாடவில்லை. அநுபூதி பெற்ற பெரியவர் தாம் என்பதை உலகத் தாருக்கு வெளிப்படுத்துவதற்காகவும் பாடவில்லை. அவரது நோக்கம், தாம் பெற்ற இன்பத்தைப் பிறரும் பெறவேண்டும் என்பதே. ஆகவே, கந்தர் அநுபூதி பாடுவதற்கு முக்கியமான காரணம் மற்ற ஆருயிர்களிடத்தில் அருணகிரிநாதப் பெருமானுக்கு உள்ள கருணை. உலகத்திலுள்ள மக்கள் அநுபூதியைப் படித்து முருகப்பெருமானின் திருவருளைப் பெற வேண்டுமென்பதே அவருடைய நோக்கம். அதுதான் இந்த நூலுக்குப் பயன்.

இந்தக் காலத்தில் ஏதேனும் ஒரு வேலையைச் செய்தால் அதனால் வருகிற பயன் என்னவென்று மக்கள் கேட்கிறார்கள். தொழிலாளர்கள் தமக்குரிய கூலியை முன்னால் வாங்கிக் கொள்கிறார்கள். இந்த நோக்கம் எப்போதுமே மனித உள்ளத்தில் அமைந்து கிடக்கிறது. ஏதேனும் ஒரு பொருளில் நாட்டம் உண்டாகவேண்டுமென்றால், "அதனால் உனக்கு இன்ன நலம் உண்டாகும்" என்பதை முன்னாலேயே கூறினால் அவர்கள் எளிதிலே பின்பற்றுவார்கள். மனிதனுடைய மன இயல்பை நன்றாக உணர்ந்த அருணகிரிநாதர் நூலைத் தொடங்கும்போதே, 'இதனால் இன்ன லாபம் வரும்' என்பதை எடுத்துச் சொல்கிறார். நெஞ்சமாகிய கன கல் நெகிழ்ந்து உருகுதலாகிய பெரும் பயன் கந்தர் அநுபூதிப் பாராயணத்தினால் வரும் என்று கூறுகிறார்.

பிறவிக் கடல்

இந்த உலகத்தில் பிறந்த மக்கள் யாவரும் இரு வினைகளின் விளைவான இன்பதுன்பங்களை அனுபவிக்கிறார்கள். வாழ்க்கை முழுவதும் இன்பம் துன்பம் ஆகிய இரண்டும்

நிரம்பியிருந்தாலும் பெரும்பாலும் துன்பமே உள்ளத்தில் சுவடுவிடுகிறது. அதனால் இந்த வாழ்க்கையே துன்பம் என்ற உணர்வு மக்களுக்கு உண்டாகிறது. இப்படி வருகிற பிறவிகள் ஒன்று அல்ல; இரண்டு அல்ல; தொடர்ந்து வருகின்றன. புழு முதல் மனிதன் வரைக்கும் வருகிற பிறவிகள் எல்லாமே துன்பத்தைத் தருகிற பிறவிகளாக இருக்கின்றன. தேவர்கள் பிறவி இன்பத்தைத் தருவதாக இருந்தாலும், மீட்டும் வேறு பிறவி எடுப்பதற்குக் காரணமாகவே முடியும். ஆகவே பிறவி என்பது துன்பத்திற்கு இடமாக உள்ளதுதான்.

இந்தப் பிறவியாகிய வரிசை என்றும் குறையாமல் நீண்டு வருவதால் பிறவியைக் கடல் சொல்வார்கள்.
திருவள்ளுவரும்,

"பிறவிப் பெருங்கடல் நீந்துவர் நீந்தார்
இறைவன் அடிசேரா தார்"

என்று பிறவியைக் கடலாக உருவகம் செய்தார். கடலுக்குக் கரை இல்லையென்று சொல்வது ஒரு மரபு. கரை காணாமல் மேலும் மேலும் தொடர்ந்து வருவதனால் பிறவி கடல் ஆயிற்று. இன்ப துன்பங்களாகிய அலைகளைக் கொண்டு, ஆழமும் கரையும் காணாது விரிந்து விரிந்து போவது பிறவியாகிய கடல். இந்தக் கடலில் விழுந்த ஆருயிர்கள் கடலுக்குள் ஆழாமல் நீந்திக் கரைகாண வேண்டிய முயற்சிகளைச் செய்ய வேண்டும் என்று ஆண்டவன் கரசரணாதி அவயவங்களைக் கொடுத்திருக்கிறான். ஆனால் பிறவியில் விழுந்தவர்கள் உடம்பைச் சதம் என்று எண்ணி, இந்திரியங்களுக்கு இரை போடுவதையே தம் வாழ்க்கையின் குறிக்கோளாக நினைந்து வாழ்நாள் முழுவதையும் வீணாக்குகிறார்கள். அதன் பயனாக மேலும் மேலும் பிறவியைப் பெற்றுக் கொண்டே வருகிறார்கள். பிறவியைப் பெற்றதன் பயன் இந்தப் பிறவியை ஒழிப்பதற்குரிய வழியைத் தேடுவதுதான். ஆனால் மேலும் பிறவி உண்டாவதற்குரிய செயல்களையே மக்கள் செய்து வருகிறார்கள். ஆதலால் பிறவியைக் கடந்து இறைவன்

திருவருளைப் பெறுவதற்குரிய வாய்ப்பு அவர்களுக்கு இல்லாமல் போகிறது.

ஆனாலும் இந்தப் பிறவியைப் பெற்ற சிலர் இறைவன் திருவருளைப் பெறுகிறார்கள். அவர்களுக்கும் நம்மைப் போல உடம்பு இருந்தாலும் இந்த உடம்பினாலே அவர்கள் துன்பப்படாமல் இந்த உடம்பைக் கொண்டே இறைவனிடத்தில் பக்தி செய்து அவன் திருவருளைப் பெறுகிறார்கள்.

மூன்று வகை மக்கள்

பிறவி என்னும் பெரிய கடலில் மூன்று வகை மக்கள் இருக்கிறார்கள். ஒரு சாரார் கப்பலில் இருப்ப வர்கள். மிகமிக விரிந்த கப்பலில் செல்கின்ற செல்வர்கள், அங்கே எல்லா வகையான இன்பங்களையும் பெறுகிறார்கள். காலையில் எழுந்தால் பல் தேய்த்து விட்டு, பின்பு காபி அருந்தி, ரேடியோவைத் திருப்பி அன்றாடச் செய்திகளை எல்லாம் கேட்கிறார்கள். பெரிய கப்பல் ஆகையால் அங்கே அச்சகம் நிறுவிக் கப்பல்காரரர்கள் ஒரு சிறிய பத்திரிகையை வெளி யிடுகிறார்கள். அந்தச் செய்திப் பத்திரிகையைப் படிக்கிறார்கள். நண்பர்களுடன் பேசி இருந்துவிட்டு ஒன்பது மணிக்கு வெந்நீராடி,பத்து மணிக்கு அறுசுவை உண்டி கொள்கிறார்கள். பின்பு இளைப்பாறி மறுபடியும் எழுந்து சதுரங்கம் முதலிய விளையாடல்களை விளையாடுகிறார்கள். அதற்குப் பிறகு சிற்றுண்டி நுகர்ந்து கப்பலுக்குள் அமைந்திருக்கிற பந்தடி மேடையில் பந்து விளையாடுகிறார்கள். மாலை நேரத்தில் சிறந்த சங்கீதக் கச்சேரி கேட்கிறார்கள். இரவு உண்ட பின்பு நன்றாகத் தூங்குகிறார்கள். அவர்களுடைய வாழ்க்கையைப் பார்த்தால் ஆழம் காணாத கடலில் இருப்பதாகத் தோன்றவில்லை. கரையில் இருப்பவர்கள் எப்படி எப்படி வாழ்கிறார்களோ, எந்த வித இன்பங்களைப் பெறுகிறார்களோ அப்படியே கடலில் பெரிய கப்பலில் ஏறிக்கொண்டு போகிறவர்கள்

இருக்கிறார்கள். அவர்கள் செல்வர்கள்; அவர்கள் ஏறிய கப்பல் மிகச் சிறந்த கப்பல்.

மற்றொரு சாராரோ கடலின் மேலே மிதக்கிறார்கள். எந்தச் சமயத்தில் ஓடமோ, தோணியோ, கப்பலோ வந்தாலும் அதில் ஏறிக்கொள்ளத் தயாராக இருக்கிறார்கள். கைப் பலத்தினால் நீந்திக்கொண்டிருக்கிற போது எந்த ஓடக்காரன் வந்தாலும் அவர்களை ஏற்றிக்கொள்வான். கடலின் மேலே மிதக்கிற அவர்கள் பின்னே கப்பலில் ஏறி இன்பத்தை அநுபவிக்கக்கூடிய நிலையில் இருக்கிறார்கள்.

கப்பலில் இருப்பவர்கள் மிகச் சிலர்; கடலின் மேலே மிதக்கிறவர்கள் சிலர்; ஆனால் பெரும்பாலோர் கடலுக்குள் ஆழ்ந்து கொண்டிருக்கிறார்கள். வடக்கு, தெற்கு, மேற்கு, கிழக்கு ஆகிய திசைகளில் கப்பலில் உள்ளவர்கள் பிரயாணம் செய்யவும், மேலே மிதக் கிறவர்கள் நீந்தவும், கடலுக்குள் ஆழ்கிறவர்களுக்கோ இந்தத் திசை வேறுபாடே இல்லை. எல்லோரும் உள்ளே ஆழ்கிறார்கள். அவர்கள் பயணம் அதோ கதியான பயணம்.

கடலின் மேலே ஆயிரம் ஆயிரம் ஓடங்களும், தோணிகளும், கப்பல்களும் இருந்தாலும் அவை யெல்லாம் மிதக்கிறவர்களுக்குப் பயன்படுமே அல்லாது, கடலில் ஆழ்கிறவர்களுக்குப் பயன்படுவது இல்லை. ஓடத்தின் மேலே இருக்கிறவர்கள் கடலுக்குள் ஆழ்கிறவர்களைக் காப்பாற்ற வேண்டுமென்று ஆசைப்பட்டாலும், அவர்கள் மேலே வந்து மிதந்தால் தான் உடனேயே தூக்கிப் போட்டுக் கொள்ள முடியும். கடலுக்குக் கீழே போனவனுக்கு ஓடமும் பயன் இல்லை; தோணியும் பயன் இல்லை. ஓடமும், தோணியும் கடலுக்குக் கீழே போனாலும் அவை ஓடமும் ஆகா, தோணியும் ஆகா. இப்படிக் கப்பலில் ஏறிக் கொண்டவர்கள், கடலில் மிதக்கிறவர்கள், கடலில் ஆழ்கிறவர்கள் என்று மூன்று வகையினரைப் பார்த்தோம்.

முத்தரும் பக்தரும்

பிறவிப் பெருங் கடலிலும் மூன்று வகையினர்கள் இருக்கிறார்கள். இறைவனுடைய திருவருளால் இந்த உடம்பில் இருக்கும்போது முத்தி இன்பத்தைப் பெறுகிறவர்கள் கப்பலில் போகிறவர்கள். அவர்களை ஜீவன் முத்தர்கள் என்றும் சகஜ நிஷ்டர்கள் என்றும் பெரியவர்கள் சொல்வார்கள். அவர்களுக்கு இந்த உடம்பு இருக்கிறது என்ற நினைவு கூட இராது. முத்தி இன்பம் எத்தகையதோ அதே இன்பத்தை இந்த உடம்பில் இருந்து கொண்டே அநுபவிப்பார்கள். பிராரப்த வினை காரணமாக இந்த உடம்பில் இருக்கிறார்களாதலின் அவர்களிடத்தில் குறைபாடு இல்லை. அவர்களை முத்தர்கள் என்று பெயரிட்டுச் சொல்வார்கள்.

கப்பலின் மேலே மிதந்து எந்தச் சமயத்திலும் வருகிற ஓடத்தில் ஏறிக்கொள்ளத் தகுதி வாய்ந்தவர்கள் பக்தர்கள். இறைவன் தன்னுடைய கருணை ஓடத்தில் அவர்களை ஏற்றிக்கொள்வான்.

''யாதும்நிலை அற்றலையும் ஏழுபிற விக்கடலை
ஏறவிடும் நற்கருணை ஓடக்காரனும்''

என்று திருவகுப்பில் பாடுவார் அருணகிரியார். ஆண்டவன் பல கருணைத் தோணிகளை வைத்திருக்கிறான். கோயில்கள் என்றும், நூல்கள் என்றும், பெரியவர்கள் என்றும், உபதேசங்கள் என்றும் அந்தத் தோணிகள்பிரபஞ்சத்தில் மிதக்கின்றன. கடலின் மேலே மிதப்பாருக்கு அவை யாவும் பயன் தருகின்றன. யார் யார் எதை எதை அண்டிக் கொள்கிறார்களோ அந்த அந்த மிதப்பிலே அவர்கள் ஏறிக்கொள்வார்கள். இப்படி மேலே மிதக்கிறவர்கள் பக்தர்கள்.

உள்ளே ஆழ்கிறவர்களே பெரும்பாலான மக்கள்; அவர்கள் பெத்தர்கள் அல்லது கட்டுக்கு உட்பட்டவர்கள். கடலின் மேல்பரப்பிலே எத்தனை தோணி இருந்தாலும் அவர்களுக்குப் பயன்படுவது இல்லை. ஆண்டவன் உயிர்களைக் காப்பாற்றும் பொருட்டு எத்தனையோ வகையில் துணை செய்கிறான். பல வகையான கருவிகளை நமக்குத் தந்திருக்கிறான். இந்த உடம்பில் வாழும்போதே இந்தப் பிரபஞ்ச வாழ்க்கையிலே அவனைத் தெரிந்து கொள்வதற்கும், பக்தி பண்ணுவதற்கும் சிறந்த சாதனங்களை இயற்கையிலையே அமைத்திருக்கிறான். ஆனால் அவற்றையெல்லாம் பக்தர்களே பயன்படுத்திக் கொள்கிறார்கள். மேலே மிதப்பாருக்கு அவை பயன்படுமே தவிர, கீழே ஆழ்ந்துகொண்டு போகிறவர் களுக்குப் பயன் இல்லை.

ஆண்டவன் கருணை உடையவன். அந்தக் கருணையைப் பயன்படுத்திக் கொள்கிற வாய்ப்பு இல்லாதவர்கள் கடலுக்குள் ஆழ்ந்து கொண்டே போகிறார்கள். மேலும் மேலும் பிறவி உண்டாவதற்கு ஏற்ற காரியங்களையே அவர்கள் செய்கிறார்கள். அவர்கள், "ஆண்டவனுக்குக் கண் இல்லையே! கருணை இல்லையே!" என்று புலம்புகிறார்கள். ஆண்டவன் ஏதேனும் ஓர் உயிராவது மேலே மிதக்குமா என்று பார்த்து, மிதந்தால் தூண்டில்காரனைப் போலச் சட்டென்று எடுத்துத் தன்னுடைய கருணைத் தோணியில் போட்டுக் கொள்ளக் காத்திருக்கிறான். அந்தத் தோணியில் ஏறிக்கொள்வதற்கு நீரின் மேல் மிதக்கவேண்டும்.

இப்போது மூன்று வகையினரைப் பார்த்தோம். கப்பலில் இருக்கிறவர்கள் ஜீவன் முத்தர்கள்.கடலின் மேல் பரப்பிலே மிதப்பவர்கள் பக்தர்கள். கடலுக்குள் ஆழ்கிறவர்கள் பெத்தர்கள் அல்லது பந்தத்தில் சிக்கினவர்கள். முத்தர்களும், பக்தர்களும் கடலில் ஆழாமல் இருக்கவும், பாச பந்தத்தினால் சிக்குண்டவர்கள் ஆழ்வதற்குக் காரணம் என்ன?

கன கல்

விரிந்த நீர் நிலையில் நீச்சம் அடிக்கிறவனாக இருந்தாலும் அவனோடு ஒரு கல்லைக் கட்டிவிட்டால் அவனால் நீச்சம் அடிக்க முடியாது. கல்லைக் கட்டிக் கொண்டு கிணற்றிலோ வேறு நீர் நிலையிலோ விழுந்தவர்கள் கீழே ஆழத்தான் வேண்டுமேயன்றி மேலே மிதக்க முடியாது. அதுபோலவே பிறவிக் கடலில் விழுந்து பாச பந்தத்தில் ஆழ்ந்தவர்கள் ஒரு பெரிய கல்லைக் கட்டிக்கொண்டு விழுந்திருக்கிறார்கள். அது மிகவும் கனமான கல்,

நெஞ்சக் கன கல்,

மனம் என்ற பெரிய கல்லைக் கட்டிக்கொண்டு உயிர்கள் பவக்கடலில் விழுந்திருப்பதனால் மேலே வர வழி யில்லாமல் மேலும் மேலும் கீழே ஆழ்ந்து போகிறார்கள். அடுத்தடுத்துப் பல பிறவிகளைப் பெறுகிறார்கள். பல காலமாகப் பிறவிதோறும் ஈட்டிக்கொண்ட வாசனைகளினால் மனம் இறுகி நிற்கிறது. அந்த வாசனைகள் படலம் படலமாகச் செறிந்து கல்லாக உறைகிறது மனம். "வாசனைப் பழக்கத்தினால் மனம்" என்று கூறுவார்கள் பெரியவர்கள்.

மனம் தொடர்ந்து வருவது

இப்படிச் செறிந்திருக்கிற கல்லை நாம் விட்டுவிட் டால் மேலே மிதக்கலாம். அப்போது இறைவனுடைய அருள் தோணியில் ஏறிக்கொள்ளலாம். நம்மோடு ஒட்டிக்கொண்டு வருகிற கல்லாகிய மனம் பிறவி தோறும் தொடர்ந்து வருவது, இந்தச் சரீரம் ஒரு பிறவியோடு போய்விடும். ஆனாலும் இதன் உள்ளே இருக்கிற சூட்சும சரீரமாகிய நுண் உடல் எப்போதும் தொடர்ந்து வரும். அந்த நுண் உடலின் முக்கியமான பகுதியே மனம். இந்தப் பிறவியிலே அடைகின்ற அநுபவங்களும் பிறவும் மனத்தில் வாசனையாக அமைகின்றன.

குழந்தைகள் நந்தவனத்திற்குச் சென்று ஓர் ஆடையில் மலர்களைப் பறித்துப் போட்டுக் கொள்கிறார்கள். பின்பு

அவற்றைக் கொண்டு போய் வீட்டில் கொட்டிவிடுகிறார்கள். சில நேரம் மலர் இருந்த ஆடையில் வாசனை தங்கி இருக்கும். அதுபோலவே பிறவியில் ஆழ்ந்து வருகிற உயிர்களுக்கு அநுபவங்கள் மனத்தில் அமைகின்றன. அவற்றின் புற உரு அல்லது விவரங்கள் மறு பிறவியில் தெளிவாகத் தெரியாவிட்டாலும் அவற்றின் சாரமான வாசனை மனத்தில் இருக்கும், அதனால்தான் சிலர் பிறக்கும் போதே நல்ல சாமர்த்தியசாலியாகப் பிறக்கிறார்கள். சிலர் கோபம் உடையவர்களாக இருக்கிறார்கள். சிலருக்கு இயற்கையாகப் பொறாமை மிகுந்து வருகிறது. இவை எல்லாம் வாசனைகள். பல பிறவிகளில் வாசனைகள் படலம் படலமாக மனத்தில் ஏறி வருகின்றன. இந்த மனத்தை எப்படிப் போக்குவது? அதுதான் எல்லாச் சமயங்களும் ஆராய்கின்ற ஆராய்ச்சி. மனத்தை அடக்கி ஞானம் பெறலாம் என்பது இந்தக் காலத்தில் முடிவது அன்று.

கல்லைக் கரைத்தல்

அதற்கு மிக எளிய வழி மனம் என்னும் கல்லைக் கரைப்பதுதான். மனத்தை நீராளமாகக் கரைத்து விட்டால் கீழே ஆழச்செய்கின்ற கல்லோடிருந்த உயிர் மேலே மிதக்கும். மிதக்கும் போதே பெத்தர்கள் பக்தர்களாகிவிடுகிறார்கள்.

இன்னும் தெளிவாகச் சொன்னால் யாருக்கு மனம் கரைகிறதோ, யாருடைய மனம் உருகி இறைவனை நினைக்கிறதோ, அவர்கள் பக்தர்களாகிவிடுகிறார்கள் எனலாம். அவர்கள் இறைவனுடைய கருணையைப் பெறுவதற்குரிய நிலையில் இருக்கிறார்கள்.

நெஞ்சக் கன கல் உருகவேண்டும். உருகினால் பக்தி உணர்ச்சி தலைப்படும். அப்போது இறைவனுடைய கருணையை ஏற்கும் நிலை உண்டாகும் என்று பார்த்தோம்.

கல் உருகுமா என்ற கேள்வி உண்டாகும். உருகும் என்று பெரியவர்கள் சொல்லியிருக்கிறார்கள். வெப்பத்தினாலே

உருகாது. வேறு வகையாலே உருகாது. பாடினால் கல் உருகும் என்பதற்குச் சான்றாகச் சில வரலாறுகள் இருக்கின்றன.

கல் பாட்டால் உருகுதல்

பார்வதி கல்யாணம் நடந்தபோது நிலம் வடக்கே உயர்ந்துவிட்டதாம். பாரத்தைச் சரிசமம் ஆக்குவதற்கு இறைவன் அகத்திய முனிவரை இமாசலத்திலிருந்து தென்னாட்டுக்கு அனுப்பினான். இங்கே வந்த அகத்தியர் இந்த நாட்டின் வளங்களையும், இங்குள்ள தமிழையும் கண்டு இங்கேயே இருந்துவிடலாம் என்று எண்ணினார். அப்போது தென்னாட்டை இராவணன் ஆட்சி புரிந்துவந்தான். இராவணன் அரக்கன் ஆகையால் தம்முடைய தவம் முதலிய செயல்களுக்கு ஊறு உண்டாக்குவான் என்று அஞ்சினார், அகத்திய முனிவர். அவனை ஓட்டிவிட்டால் தாம் தம் மனம் போல இருக்கலாம் என்று அவர் நினைத்தார்.

அவனோடு போர் செய்து அவனை ஓட்டிவிடுவது என்பது முனிவரால் முடியாத காரியம். படையெடுத் துப் போர் செய்து விரட்டுவது ஒரு வகை. கலைப் போர் செய்வது ஒரு வகை, அகத்தியர் யாழில் வல்லவர். இராவணனும் யாழ் வாசிப்பதில் வல்லவன். யாழ் இசையில் இராவணனை வென்று விரட்டி விடலாம் என்று நினைத்து, அவனை அகத்தியர் யாழ் இசைப்போருக்கு அழைத்தார். கலையில் சிறப்பு உடையவர்கள் கலைப்போருக்கு அஞ்சமாட்டார்கள். இராவணன் ஒப்புக்கொண்டான். "வென்றவருக்கு என்ன பரிசு?" என்று கேட்டார் அகத்தியர். "நீங்கள் எது சொன்னாலும் கேட்கிறேன்" என்று இராவணன் ஒப்புக்கொண்டான். "வென்றவர் இந்த நாட்டில் இருக்கவேண்டும். தோல்வி அடைகிறவர் இந்த நாட்டை விட்டுப் போகவேண்டும்" என்று இருவரும் பேசிக்கொண்டார்கள்.

இருவரும் யாழ் வாசித்தால், யார் வாசிப்பது சிறந்தது என்று தீர்மானம் செய்வதற்கு ஒருவர் வேண்டுமே; இராவணன் செய்யும் கலைப் போரில் நடு நிலைமையில் நின்று தீர்மானம்

செய்வது என்றால் எல்லோரும் அஞ்சுவார்கள். ஆகையால் அகத்தியர் ஒரு தந்திரம் சொன்னார். பொதிய மலை யாருடைய பாட்டுக்கு உருகுகிறதோ அவரே வென்றவர் என்று கொள்ளவேண்டும் என்று சொன்னார். அதையும் ராவணன் ஏற்றுக்கொண்டான்.

அகத்தியர் பாடினார். பொதிய மலை உருகிவிட் டது. இராவணன் பாடும்போது அது உருகவில்லை. இசையில் தான் தோல்வியுற்றமையினால் சொன்ன வாக்குப்படி இலங்கைக்குச் சென்று ஆட்சிபுரிந்தான் இராவணன். தொல்காப்பிய உரையில்,"இராவண னைக் கந்தருவத்தால் பிணித்து" என்று உரையாசிரியர் எழுதுவர். "இனியபைந் தமிழின் பொதிய மால் வரைபோல் இசைக்குருகாது" என்று சிவப் பிரகாசரும் இந்தச் செய்தியை ஆள்வர். இந்த வரலாறு கல் இசைக்கு உருகும் என்பதைத் தெரிவிக்கிறது. இங்கே அருணகிரியார், "நெஞ்சமாகிய கன கல் உருகுவதற்கு நான் பாட்டுப் பாடப் போகிறேன்" என்கிறார்.

பக்தியின் இலக்கணம்

நெஞ்சம் என்னும் கன கல் உருகினால் பெத்தர்களாக இருப்பவர்கள் பத்தர்களாகிவிடுவார்கள் என்றேன். உருகுவது பக்திக்கு இலக்கணம்.

"நினைந்து உருகும் அடியாரை நைய வைத்தார்"

என்று அப்பர் சுவாமிகள் பாடுவர்.

**'மெய்தான் அரும்பி விதிர்விதிர்த்து உன்விரை ஆர்கழற்குஎன்
கைதான் தலைவைத்துக் கண்ணீர் ததும்பி வெதும்பி உள்ளம்
பொய்தான் தவிர்ந்து உன்னைப் போற்றி சயசய
போற்றிஎன்னும்
கைதான் நெகிழ விடேன் உடை யாய்என்னைக்
கண்டுகொள்ளே'**

என்பது மணிவாசகர் திருப்பாட்டு.

கல்லாக இருப்பது உடனே நீராக உரு காது. முதலில் இளகிப் பின்புதான் உருகும். இளகுவதை நெகிழ்தல் என்று சொல்வார்கள். நெகிழ்தலுக் குப் பிறகு உருகுதல் ஏற்படும். நெஞ்சக் கன கல் முதலில் நெகிழ்ந்து பிறகு நீராளமாக உருகினால் கல்லினால் உண்டாகின்ற கனம் குறைந்து இதுவரைக்கும் பெத்தர்களாக இருந்தவர்கள் பிறவிப் பெருங் கடலின் மேலே மிதக்கும் பக்தர்களாகி விடுவார்கள். அவர்களுக்கு இறைவனது அருள் தோணியில் ஏறிக் கொள்ளும் செவ்வி கிடைக்கும்; சரியான பக்குவத்தில் இறைவன் அவர்களைத் தன் கருணைத் தோணியில் ஏற்றுக் கொள்வான். அப்பால் அவர்கள் முத்தர்களாகி விடுவார்கள். பெத்தர் பக்தராகிப் பின்பு முத்தர் ஆகவேண்டும். இதற்கு முதலில் பெத்தர் பக்தராக வேண்டும்.

நெகிழ்தலும் உருகுதலும்

நெகிழ்தலும், உருகுதலும் இரண்டு வேறு செயல்கள். நம் துன்பத்தை நினைந்து முதலில் நெகிழ்ந்து, அப்பால் இறைவனுடைய கருணையையும் அதனால் வரும் அநுபவத்தையும் நினைந்து உருக வேண்டும். நெகிழ்வதற்கு மூலகாரணம் இந்தப் பிறவியினால் அடையும் துன்பங்கள்.

நாம் ஒவ்வொரு நாளும் துன்பப்பட்டுக் கொண்டிருக்கிறோம். உண்மையில் மனிதப் பிறவி இன்பமும் துன்பமும் கலந்த பிறவியே. முழு இன்பத்தை அநுபவிக்கும் பிறவி தேவப்பிறவி. புண்ணியத்தின் பயனை அனுபவிக்கும் பொருட்டுத் தேவர்களாகிறார்கள். அதனால் தேவலோகத்தைப் புண்ணிய லோகம் என்று சொல்வது வழக்கம். முழுப் பாவம் செய்தவர்கள் விலங்குகளாகப் பிறப்பார்கள். விலங்குகளுக்கு இன்பம் இல்லை. புண்ணியம் பாவம் ஆகிய இரண்டும் கலந்த கர்மங்கள் மிச்ர கர்மம் என்று சொல்லப் பெறும். அவற்றைச் செய்தவர்கள் மனிதப் பிறவியை எடுக்கிறார்கள். புண்ணிய பாவத்தின் பயனாக இன்ம துன்பங்களை அநுபவிக்கிறார்கள். மனித வாழ்க்கையில் முழு இன்பமும் இருப்பதில்லை துன்பமும்

இருப்பது இல்லை. இது மிச்ர அநுபவம் உடைய பிறவி.

துன்பத்தையே நினைத்தல்

மனிதனுடைய இயற்கை தான் பெற்ற இன்பத்தை மனத்தில் வைக்காமல் துன்பத்தை நினைந்து வருந்துவது. எத்தனையோ இன்பங்களை நாம் பெற்றிருந்தாலும் அதனை நினைந்து ஆறுதல் பெறுவது இல்லை. பல சமயங்களில் பஸ்ஸுக்குப் போய் நிற்கும் போது உடனே பஸ் கிடைத்து ஏறியிருக்கிறோம். நூறு முறை பஸ் கிடைத்தால் இரண்டு மூன்று முறை பஸ் கிடைப்பதில்லை. கிடைக்காத போது, "நான் வருகிற போதெல்லாம் பஸ் கிடைப்பது இல்லை" என்று சொல்கிறோம். உண்மையில் பெரும்பாலான சமயங்களில் நமக்குப் பஸ் கிடைக்கத்தான் கிடைத்தது. ஆனால் அந்த இன்பத்தை நாம் நினைப்பதில்லை. பெற்றதனால் வருகிற இன்பத்தைக் காட்டிலும் பெறாததனால் வருகிற அதிருப்தி உள்ளத்தில் சுவடாகப் மனிதன் பதிகிறது.

மற்றோர் உதாரணம் பார்க்கலாம். நாம் நடந்து. கொண்டிருக்கிறோம். எத்தனையோ இடங்களில் கால் முட்டுகிறது, கல்லிலும் மேட்டிலும் கட்டையிலும் முட்டுகிறது. அப்படி முட்டும்போது அதனால் நமக்கு எந்த விதமான வலியும் உண்டாவது இல்லை. ஆனால் காலில் புண் இருந்தால் சிறிய துரும்பு பட்டாலும் துடிக்கிறோம். அப்போதுதான் பட்டது தெரிகிறது. பட்ட காலிலே படும் என்று ஒரு பழமொழி இருக்கிறது. பட்ட காலில் படுகிற உணர்ச்சி தெரியும் என்று அதைத் திருத்த வேண்டும். படாத காலிலும் பட்டுக்கொண்டு தான் இருக்கிறது. ஆனால் காலில் புண் என்ற தந்தி நிலையம் ஏற்பட்டுத் தந்தி அடிப்பதால் மூளைக்குத் தெரிகிறது. இல்லாதபோது பட்ட தன் உணர்ச்சி மூளையில் ஏறுவது இல்லை. எப்போதும் பட்டுக் கொண்டிருக்க, அதனை உணருகின்ற புண் காலில் இல்லாமையினால் பட்டதே தெரிகிறதில்லை. புண் ஏற்பட்ட பிறகு சிறிய கல் பட் டாலும் உணருகிறோம்.

அதைப்போலத்தான் மனித வாழ்க்கையில் நலங்கள் பல வந்தாலும் அவற்றை உணருவது இல்லை. வாடுகிறோம். இது கருதியே எல்லா மக்களும் இந்தப் பிறவியே துன்ப வாழ்வு என்று சொல்கிறார்கள்.

கோடி கோடியாகப் பணத்தைக் குவித்திருக்கும் செல்வனிடம் சென்றால் தான் பெற்ற செல்வத்தைக் கொண்டு அவன் திருப்தி அடைவதாகத் தெரிவதில்லை. தன்னைக் காட்டிலும் பெரிய செல்வர்களை எண்ணி, அத்தனை செல்வம் நமக்கு இல்லையே என்று ஏங்குகிறான். படைப் பலம் உடையவனைப் பார்த்தால் மற்ற அரசருக்குரிய படைகள் தனக்கு இல்லை என்று வருந்துகிறான். கல்வியில் சிறந்த ஒருவரை அடைந்து கேட்டால் தம்முடைய கல்வி மிகச் சிறியது என்று வருந்துகிறார்.

இவ்வாறு அறிவு, ஆற்றல், செல்வம் முதலியவற்றைப் பெற்றவர்கள் தம்மையும் மிஞ்சியவர்களைக் கண்டு துன்புறுகிறார்கள். ஆதலால் வாழ்க்கை முழுவதுமே துன்பம் என்ற நினைப்புப் பலருக்கு ஏற்பட்டுவிடுகிறது.

"பிறந்தார் உறுவது பெருகிய துன்பம்"

என்பது மணிமேகலை. அதற்கு யார் யாரோ காரணம் என்று எண்ணிக் கோபம் அடைகிறோம். பொதுவாக நாம் துன்பம் அடைகிறோம் என்று நினைக்கிறோமே யொழிய அதற்குக் காரணம் இந்தப் பிறவியே என்று நினைந்து வருந்துவது இல்லை. பிறவியினால் துன்பம் உண்டாகிறது என்ற உணர்ச்சி அழுத்தமாக நெஞ்சில் பட்டால் நெஞ்சு நெகிழவேண்டும். "இத்தகைய துன்பப் பிறவியை நாம் அடைந்து விட்டோமே! இதில் இருந்து மீள்வதற்கு வழி என்ன?" என்று புலம்ப வேண்டும்.

மரணத் துன்பம்

வாழ்நாள் முழுவதுமே இன்புற்றவன் ஒருவன் இருந்தாலும் அவனுக்குத் துன்பம் உண்டாகும் சமயம் உண்டு. உலகத்தில் பிறந்தவர்கள் எத்தனை சிறந்த வாழ்வு வாழ்ந்தாலும் இறுதியில் துன்பத்தையே அடையவேண்டும். நோயினாலும், வறுமையினாலும், பட்டினியினாலும் வரும் துன்பங்களைவிட மரணத்தினால் வரும் துன்பம் மிகப் பெரியது. நோயினால் வரும் துன்பம் உடலைச் சார்ந்தது. வறுமையினாலும் கவலையினாலும் வரும் துன்பம் உள்ளத்தைச் சார்ந்தவை. இந்த இரண்டும் இந்தப் பிறவியில் உண்டாகின்றன. இந்தப் பிறவியினின்றும் மாறும் போது மரணத் துன்பம் உண்டாகிறது. அதைக் காட்டிலும் பெரிய துன்பம் இல்லை.

"சாதலின் இன்னாதது இல்லை"

என்பது வள்ளுவர் வாக்கு. அந்தத் துன்பத்தை நினைத்தால் தினந்தோறும் மனம் நெகிழவேண்டும். 'நான் இறந்து போவேனே! அப்போது என்ன செய்வேன்!' என்று பெருமக்கள் பலர் நெகிழ்ந்திருக்கிறார்கள். நெஞ்சம் நெகிழ்வதற்குரிய துன்ப உணர்ச்சி ஒவ்வொரு கணமும் நம்மிடம் இருக்கிறது. ஆனால் நாம் நெகிழ்வது இல்லை.

உடம்பின் அவல நிலை

நாம் எல்லோரும் பாதுகாத்துப் போற்றி வளர்த்து வரும் இந்த உடம்பை எண்ணிப் பாருங்கள். இதுவும் நெஞ்சு நெகிழ்வதற்குரிய பொருள் தான். அழுக்கு நிறைந்த பாண்டம் இது. புழு நிறைந்த குடில். இதனை மிக அருமையாகப் போற்றி வளர்த்துப் பாராட்டுகிறோம். பெருமக்கள் இதை அரு வருக்கிறார்கள்.

தோட்டி ஒருவன் மலம் நிறைந்த பாண்டம் ஒன்று வண்டியில் இருக்க முன்னால் உட்கார்ந்து ஓட்டுகிறான். அப்போது வழியில் சென்ற பலாச் சுளையை வாங்கித் தின்று

கொண்டிருக்கிறான். அவனை நாம் பார்த்தால் பரிகாசம் பண்ணுகிறோம். "பின்னால் மலபாண்டம் இருக்கச் சற்றும் அருவருப்பு இல்லாமல் அவன் பலாச்சுளையை உண்ணுகிறானே!" என்று கேலி பேசுகின்றோம். நாமே அந்த நிலையில் இருப்பதை மறந்துவிடுகிறோம். அவனோ மலபாண்டம் வேறு, அவன் வேறாக இருக்கிறான். நாமோ உண்ணுகிற வாயும், மலம் நிறைந்த குடலும் ஓர் உடலிலே வைத்துக் கொண்டிருக்கிறோம். நாம் தரும் பொருள்தான் அந்தப் பாண்டத்தில் நிரம்பியிருக்கிற தென்பதை நினைத்துப் பார்க்கவேண்டும். அறுசுவை உண்டி உண்ணும்போது அவை யாவும் மலமாக நம் உடலில் தேங்குகிறது. "உண்டன மலமாம்" என்பர் பட்டினத்தார். இந்த மலபாண்டத்தை நினைந்து அருவருக்கத் தெரிவதில்லை. கண்ணுக்கு முன்னால் இருப்பதைக் கண்டு 'சீ' என்று அருவருக்கத் தெரிந்த நமக்கு நம்முடைய உடம்பில் இருக்கும் அழுக்கையும், புழுக்களையும், மலத்தையும் எண்ணி அருவருக்கும் நிலை வருவதில்லை. மெய்ஞ்ஞானிகள் இந்த உடம்பை அருவருப்பார்கள். அழுக்குச் சுமை சுமப்பது போல எண்ணி வருந்துவார்கள்.

''அழுக்கு மெய்கொடுன் திருவடி யடைந்தேன்''

என்று சுந்தரமூர்த்தி சுவாமிகள் பாடுகிறார்.

உலக வாழ்வில் வாழும்போது நம்முடைய உடம்பும், உள்ளமும் அழுக்காய் இருப்பதை எண்ணிப் பார்த்துக் கணத்திற்குக் கணம் நெகிழ்ந்து கொண்டிருக்க வேண்டும். நம்முடைய அவல நிலையையும், நம்மால் இதை மாற்றிக் கொள்ள முடியாமல் இருக்கும் வலி இன்மையையும் நினைந்து நினைந்து நெகிழ்வதற்கு வழிகள் இருக்கின்றன. ஆனால் நாம் நெகிழ்வதில்லை.

உருகுதல்

இனி உருகுவதைப் பார்க்கலாம். இறைவனுடைய பெரும் கருணையை நினைந்து உருக வேண்டும் என்று சொன்னேன். "இறைவனது கருணை எனக்குக் கிடைக்கவில்லையே! ஞானசம்பந்தர், அப்பர் சுவாமிகள் இவர்களுக்குக் கிடைத்தது போல எனக்குக் கிடைக்கும்படி ஆண்டவன் அருள் செய்தானா?" என்று நமக்குத் தோன்றும். இறைவன் இனிமேல் கருணை செய்வது இருக்கட்டும். இது காறும் செய்த கருணையை நினைந்து உருகலாமே.

இப்போது இந்த உலகத்தில் நடமாடும் இந்த உடம்பில் நல்ல கருவி கரணங்களையும், நாம் நடமாடுவதற்குப் பிரபஞ்சத்தையும், நமக்கு உதவிசெய்வதற்கு உறவினர்களையும் நண்பர்களையும், நாம் இன்பம் பெறுவதற்கு உணவு முதலிய பண்டங்களையும் அருளினவன் யார்? அவனுடைய கருணையினால் அல்லவா நாம் ஒவ்வொரு கணமும் வாழ்கிறோம்? நாம் தூங்கினாலும், நடந்தாலும், கொட்டாவி விட்டாலும், வேலை செய்தாலும் எப்போதும் மூச்சு வந்து கொண்டிருக்கிறது. அது நம்முடைய முயற்சியா? அது இடைவிடாமல் ஓடிக் கொண்டிருப்பதற்குக் காரணம் என்ன என்று சற்றேனும் யோசித்தோமா?

அற்புதங்கள்

"ஞானசம்பந்தர் செய்த அற்புதங்களைப் போல இப்போது ஒன்றும் நிகழவில்லை. நிகழ்ந்தால் அல்லவா உருகலாம்?" என்று சிலர் கேட்கிறார்கள். அற்புதங்கள் எப்போதும் நிகழ்ந்து கொண்டிருக்கின்றன. ஆனால் அவற்றைக் காணும் கண்தான் நமக்கு இருப்பது இல்லை. விதையும், மண்ணும், தண்ணீரும் சேர்ந்து மரம் ஆகின்றனவே! அதைக் காட்டிலும் அற்புதம் ஒன்று உண்டா? வானுலகத்துக் கோள்களை எல்லாம் கண்டு, புதிய புதிய விண் மீன்களைத் தெரிந்து, சந்திர மண்டலத்திற்குச் செல்லும் கருவிகளை உண்டாக்கி, விஞ்ஞானிகள் அற்புதமான சாதனைகள் செய்கிறார்கள்.

மிகவும் தொலைவில் உள்ள பொருள்களைக் காண்பதற்கும் நுட்பமான பொருள்களைக் காண்பதற்கும் பலவகை ஆடிகளைக் கண்டுபிடித்திருக்கிறார்கள். ஐம்பெரும் பூதங்களையும் மனித ஆற்றலுக்குள் அடக்கிப் பலவகையான செயல்களைச் செய்ய வழி வகுத்திருக்கிறார்கள். தாமே இயங்கும் வண்டிகள், வானத்தில் பறக்கும் விமானங்கள், கடலுக்குள் மூழ்கிச் செல்லும் கப்பல்கள் ஆகிய பல, விஞ்ஞானிகளின் அற்புத சாதனைகளாக உலகத்தில் மிக அதிசயமாக நடமாடுகின்றன. ரேடியோ, டெலிவிஷன் வந்துவிட்டன. இவை யாவும் மனிதனுடைய அற்புத சக்திக்கு அடையாளங்களாக நிலவுகின்றன.

விஞ்ஞான சாதனைகள் முழுவதுமே மனித ஆற்றலைக் காட்டுவனவாக இருக்கின்றன.

இப்படி நாம் யோசிக்கும்போது இறைவனுக்கு இடமே இல்லை யென்று தோன்றுகிறது. ஆனால் இத்தனையையும் சாதிக்கும் இயந்திரமாகிய மனிதனைச் சிருஷ்டித்தவன் யார் என்று சற்றே நினைத்து, அவன் எத்தகைய விஞ்ஞானியாக, கலைஞனாக இருக்கவேண்டும் என்று எண்ணினால் அப்போது நெஞ்சம் உருகும். கண்ணைக் காட்டிலும் நுண்ணிய ஆடியை யாராவது கண்டு பிடிக்க முடியுமா? மனத்தைக் காட்டிலும் சிறந்த விமானத்தை எந்த விஞ்ஞானியும் கண்டு பிடிக்க முடியாது.

விஞ்ஞானி தன் அறிவினாலேயே பொருள்களைக் கண்டு பிடிக்கிறான்; புதிய இயந்திரங்களைச் செய்கிறான். அவற்றை உண்டாக்கக் காரணமாக இருக்கும் அவனது புத்தியாகிய பொருள் இறைவனால் கொடுக்கப்பட்டது என்பதை மறந்துவிடலாமா? உயிர்க் கூட்டத்தைச் சேர்ந்தவனுடைய விஞ்ஞான அறிவினால் பல்வேறு வடிவு எடுத்து இயங்கும் ஜடப் பொருள்கள் யாவும் இறைவனுடைய படைப்பு அல்லவா? அவற்றுக்கு எல்லாம் மூல கர்த்தாவாக ஒருவன் இருக்கிறான் என்பதை உணரும்போது, அவன் எல்லோரையும் விடப் பெரியவன், நாம் எதிர்பாராமலேயே

நமக்கு வேண்டிய பொருள்களை எல்லாம் வழங்குகிறான் என்று நினைக்கும் போது உருக்கம் உண்டாகாதா? இந்த விசித்திரமான நாடகம் எல்லாம் அவன் கருணை அல்லவா? மழை பெய்வதும், வெயில் எரிப்பதும், பூமி ஆழாமல் இருப்பதும், பெரிய விசித்திரங்கள் அல்லவா? அகண்ட வெளியில் (*Space*) பூமி முதலிய உருண்டைகள் எல்லாம் எப்போதும் இயங்கிக் கொண்டிருக் கின்றனவே; இவற்றையெல்லாம் தாங்கி நிற்பவன் யார்? காலத்தையும், இடத்தையும் படைத்தவன் யார்? சூரியன் முதலிய கோள்களையும் அந்த அந்தக் காலத்தில் அந்த அந்த முறையில் இயங்கும்படி செய்கின்றவன் யார்? சாட்டை இல்லாத பம்பரம் போல அண்ட கோடிகள் அத்தனையும் தம் தம் கதியில் இயங்கும்படி இயக்கும் பெருமான் யார்?

இத்தகைய செய்திகளைச் சற்றே எண்ணிப் பார்த்தால் ஏதோ ஒரு சக்திக்கு நாம் உட்பட்டிருப்பதும், அந்தச் சக்தியாகிய ஆண்டவன் இந்த அற்புதமான திருவிளையாடல்களைச் செய்கின்றான் என்பதும் புலனாகும். அந்த எண்ணத்திலிருந்து உருக்கம் பிறக்கும்.

சிறப்பான கருணை

'இவை யாவும் பொது வகையில் உயிர்க்கூட்டங்களுக்கு இறைவன் ஆற்றும் செயல்கள்; பொதுவகையான அற்புதங்கள். எனக்கென்று ஆண்டவன் தனியாக என்ன செய்திருக்கிறான்?' என்ற கேள்வி பிறக்கும். நமக்கும் கருவி கரணங்களை இறைவன் கொடுத்திருக்கிறான் அல்லவா? அது கிடக்கட்டும். பக்கத்து வீட்டில் ஒருவன் ஊமையாகப் பிறந்திருக்க நாம் வாயினால் பேசிச் சண்டப்பிரசண்டம் செய்கிறோமே! அவனைப் பெற்றவளும் பத்து மாதம் கருவுற்றிருந்து தான் பெற்றாள். நாமும் அப்படித்தான் பிறந்தோம். நாமும் ஊமையாகப் பிறந்திருக்கலாம். அவ்வாறு பிறக்கச் செய்யாமல் நம்மை வாய் உடையவனாகப் பிறக்கும்படி செய்தானே, அது நம் அளவில் செய்த கருணை அல்லவா? அதை நினைந்து எப்போதாவது உருகி

இருக்கிறோமா? ஊரெல்லாம் பலவகை வியாதிகள் வரும்போது சில சமயங்களில் நாம் தப்பிவிடுகிறோமே! அதற்கு நாம் என்ன முயற்சி செய்தோம்? இறைவன் கருணை நம்மைத் தனியே இருந்து பாதுகாத்ததே என்று உருகி இருக்கிறோமா? சாலையில் நடமாடும் யாரோ ஒருவன் தடுக்கி விழுகிறான். அதைப் பார்த்துச் சிரிக்கத் தெரிகிறதே யொழிய, அதே சாலையில் நடமாடுகிற நாம் தடுக்கி விழுந்திருக்கலாமே! அவ்வாறு விழாமல் காப்பாற்றினான் இறைவன் என்பதை எண்ணி உருகியிருக்கிறோமா? கரணங்கள் எல்லாம் நமக்குச் செவ்வையாகப் படைத்துக் கல்வி தந்து ஓரளவு வாழ்வதற்கும் வசதி செய்து வைத்திருக்கிறானே; இது நம் அளவில் அவன் வைத்த கருணை தானே?

இப்படி அவன் செய்ததை நன்றியறிவுடன் நினைத்து உருகினால் இனியும் அவன் நலங்களைத் தருவான். முன்பு கொடுத்த பணத்திற்கே ரசீது தராத போது மேலும் பணம் தரவேண்டுமென்று நினைத்து நாம் அழலாமா? இறைவன் நிகழ்த்தும் செயல்களையும், நம்மிடம் காட்டும் கருணையையும் நினைந்து உருகுவதற்கு இந்தப் பிரபஞ்ச வாழ்வே போதுமானது. சமய சாத்திரங்களைப் படிக்க வேண்டாம்; வேதாந்த சாத்திரங்களை நெட்டுருப் போடவேண்டாம்.

நம்முடைய வாழ்வில் நாம் பெறும் இன்ப துன்ப அநுபவங்களைக் கெண்டு நெகிழ்வதும், உருகுவதும் ஆகிய காரியங்களைச் செய்யலாம். துன்பம் வந்தால் நம்முடைய அவலத்தை நினைந்து நெகிழ்ந்தும், இன்பம் வந்தால் இறைவன் கருணையை நினைந்து உருகியும் பழக்கம் செய்து கொள்ளலாம். இதனால் நாமும் பக்தர்கள் ஆகலாம்.

சாவியும் பெட்டியும்

உருகுவதுதான் பக்திக்கு அடையாளம் என்று பார்த்தோம். அப்படி உருகுவதற்கு முன் நெகிழ வேண்டுமென்பதையும்

பார்த்தோம். நெஞ்சக் கன கல் நெகிழ்ந்து உருகுவதுதான் கந்தர் அநுபூதிப் பாடல்களின் பயனென்று அருணகிரியார் சொல்கிறார். நெகிழ்ந்து உருகுதல் பக்தர் ஆவதற்குத் தேவை என்பதை முன்பு பார்த்தோம். பக்தர் ஆனால் அடுத்தபடி முத்தர் ஆகலாம். கந்தர் அநுபூதியைப் படித்தால் அல்லது பாராயணம் செய்தால் முத்தி நிலை உண்டாகும் என்று அருணகிரியார் சொல்லவில்லை. நெஞ்சக் கன கல் நெகிழ்ந்து உருகும் என்கிறார். "இதைவிடப் பெரிய பயன் முத்தி அல்லவா? அது கிடைக்கும் என்று சொல்லியிருக்கலாமே!" என்ற கேள்வி எழலாம்.

ஒரு பெரிய பெட்டி நிறையப் பணமும், பொன்னும், மணியும் ஒருவர் வைத்திருக்கிறார். அவற்றைத் தம் மகனுக்குக் கொடுக்கவேண்டுமென்று எண்ணுகிறார். அந்தப் பெட்டியைத் தூக்கிக்கொண்டு வந்து அதில் உள்ள பண்டங்களை எல்லாம் தனித்தனியே எடுத்துக் கையில் கொடுக்க மாட்டார். "இந்தா அப்பா, அந்தப் பெட்டியின் சாவி. இதை வைத்துக் கொள். இதைக் கொண்டு பெட்டியைத் திறந்து வேண்டியவற்றைப் பயன் படுத்திக்கொள்" என்று சொல்வார்.

அதுபோல அருணகிரியார் மோட்சமாகிய இன்பத்தைத் தருகிறேன் என்று சொல்லவில்லை. 'பக்தர் ஆவதற்குரிய சாவி இது; இந்தச் சாவியை வைத்துக்கொண்டு நிரதிசய இன்ப வாழ்வாகிய நிலையைப் பெறலாம்' என்று சொல்கிறார்.

செஞ்சொற் புனை மாலை

கந்தர் அநுபூதி பாடுவதன் பயன் அன்பர்கள் அதைப் படித்து நெஞ்சம் உருகவேண்டும் என்பதே என்று காப்பாகிய முதல் பாட்டின் தொடக்கத்தில் அருணகிரியார் குறிப்பித்தார். பிறகு, கந்தர் அநுபூதியைப் பற்றிய செய்திகளைச் சொல்ல வருகிறார். இந்தச் செஞ்சொற் பாமாலைக்குரிய தலைவனாகிய முருகனைப் பற்றிப் பேசுகிறார். இந்த மாலையை ஆறுமுக நாதனுக்குக் சூட்டப் போகிறார். அதற்குக் கணபதியின் திருவருள் வேண்டுமென்று சொல்ல வருகிறார். முருகனைச் சொல்லும்போது,

தஞ்சத்து அருள் சண்முகனுக்கு

என்கிறார். 'தஞ்சம் என்று அடையும்போது அவர்களுக்கு அருள் செய்கின்ற ஆறுமுகநாதனுக்கு' என்பது பொருள்.

இறைவன் எல்லோருக்கும் அருள் செய்கின்றான். அவன் அருளே திருவுருவமாக இருக்கிறவன். உயிர்க் கூட்டங்களுக்கு அருள் செய்வதையே தன்னுடைய கடமையாகக் கொண்டவன் அவன். எல்லோருக்கும் பொதுவான வகையில் அருள் செய்வது ஒன்று; சிறப்பான வகையில் அருள் செய்வது மற்றொன்று. எல்லோருக்கும் மழை பெய்தாலும் அதனைத் தேக்கி வைத்திருக்கிறவர்களுக்கு மழை நின்ற பின்பும் நீர் பயன்படும். அதுபோலவே கருவி கரணங்களையும் பிரபஞ்சத்தையும் வாழ் நாளையும் கொடுத்து உயிர்க் கூட்டங்களைப் படைத்துக் காத்து அழிக்கின்ற ஆண்டவன் எல்லோருக்கும் அத்தகைய வசதிகளைச் செய்து தருகிறான். இது பொதுவான அருள். இதனால் மனிதன் வாழ்ந்து இறந்து

மீட்டும் பிறப்பு எடுத்து வாழ்கிறான். எல்லாமே ஆண்டவன் அருள் என்று எண்ணினால் நெகிழ்வான்.

அருளும் அதனால் வரும் இன்பமும்

ஆயினும் இதற்கு மேலே, அவனுடைய திருவருளால் என்றைக்கும் பிறவாத இன்பத்தைப் பெறுவான். அதற்கு அவனுடைய சிறப்பான அருள் வேண்டும். பக்குவம் பெற்ற ஆன்மாக்களை இறைவன் தன்னுடைய திருவடியில் சேர்த்துக் கொள்வான். இந்தச் செயலை அநுக்கிரகம் என்று சொல்வார்கள். இறைவன் ஐந்து வகைத் தொழில் களை நடத்துகிறான்; அவை படைப்பு, காப்பு, அழிப்பு, மறைப்பு, அருளுதல் என்பவை. இந்த ஐந்தினும் முதல் நான்கும் எல்லா உயிர்களுக்கும் பொதுவானவை. அநுக்கிரகம் பெறுவது பக்குவம் பெற்ற ஆன்மாக்களுக்கு மாத்திரமே உரியது. அதுவே அருளல் ஆகும்.

பக்குவம் பெற்ற ஆன்மாக்கள் இறைவனைத் தஞ்சம் என்று அடைவார்கள். பிரபஞ்சத்தை உண்மையாகக் கண்டு, உடம்போடு வாழ்வதே பிறவிப் பயன் என்று எண்ணி, ஐந்து இந்திரியங்களுக்கும் சுகம் உண்டாகும்படி வாழ்நாளைப் போக்குகிறவர்கள் யாவரும் மீட்டும் மீட்டும் பிறக்கிறார்கள். அவர்களுக்கு இறைவனுடைய சிறந்த அருள் கிடைக்காது. எல்லோரையும் போல வாழ்ந்தாலும், இறந்தாலும் மீட்டும் பிறந்தும் இறந்தும் வாழ்க்கைச் சுழலில் ஈடு படுவார்களேயன்றி, இந்தச் சுழலினின்றும் அகன்று இறைவனுடைய இன்பப் பொய்கையில் குளிப்பதற்குரிய வகை அவர்களுக்குக் கிடைக்காது.அவனுடைய சிறப்பான திருவருள் கிடைத்தால்தான் முத்தி நிலை கிடைக்கும். அதற்கு அவனைத் தஞ்சம் என்று அடையவேண்டும்.

அருளில் மிக்க மூர்த்தி

இறைவன் பல வடிவங்களில் இருந்து அருள் செய்தாலும் மிக எளிதில் அருள் செய்கின்ற திருவுருவம் முருகத் திருவுருவம். இறைவனுக்கு அருள் என்பது குணம். அவன் எப்போதும்

அருள் செய்து கொண்டிருக்கிறான். அந்த அருளோட்டம் மிகுதியாக வேண்டுமென்று கருதி முருகத் திருக்கோலம் கொண்டான். ஐந்து திருமுகம் படைத்த சிவ பெருமான் அந்த முகங்களால் ஆகமங்களை வெளியிட்டான். அப்போது அவனுக்குப் பத்துத் திருக்கரங்கள் இருந்தன.

'திகழ் தசக்கரச் செம்முகம் ஐந்துளான்'

என்பது கந்த புராணம். ஐந்து முகமுடைய சிவபெருமான் அருள் மிகுதியாகவேண்டுமென்று கருதி ஆறுமுகமும் பன்னிரண்டு கரங்களும் உடையவனானான்.

அப்படி ஆவதற்குக் காரணம் முன்னமே இருந்த கருணை மிகுதியாக வேண்டும் என்பதே. இதனைக் கச்சியப்ப சிவாசாரியார் கந்த புராணத்தில் சொல்கிறார்.

"அருவமு முருவு மாகி அநாதியாய்ப் பலவா யொன்றாய்ப்
பிரமமாய் நின்ற சோதிப் பிழம்பதோர் மேனி யாகிக்
கருணைகூர் முகங்க ளாறுங் கரங்கள்பன் னிரண்டுங் கொண்டே
ஒருதிரு முருகன் வந்தாங் குதித்தனன் உலக முய்ய,"

கூர்தல் என்பது உள்ளது சிறத்தல். முன்புள்ள திருவுருவங்களில் கருணை இருந்தது. அது இப்போது போதாது என்று ஆண்டவன் கருதினான், அதனைப் பின்பும் மிகுதி செய்யும்பொருட்டு ஐந்து முகங்களை ஆறுமுகங்கள் ஆக்கினான். பத்துக் கைகளைப் பன்னிரண்டு கைகளாக்கினான். காவேரியிலிருந்து வயல்களுக்குச் செய்யப்படும் பாசனம் போதவில்லை என்றால் ஐந்து அணைக்கு ஆறு அணையாகக் கட்டி, பத்துக் கால்வாய்க்குப் பன்னிரண்டு கால்வாய்களாக வெட்டி அமைத்தால் பின்னும் மிகுதியாகப் பாசனம் அமையும். அதுபோலத்தான் முருகனுடைய திரு அவதாரம். உயிர்கள் எல்லாம் உய்யும் பொருட்டுக் கருணை மிகுதியாகப் பில்க வேண்டுமென்று எடுத்துக்கொண்ட கோலம், ஆறுமுகம் என்னும்போது அருளின் மிகுதி நினைவுக்கு வரும். கருணைகூர் முகங்கள்

அல்லவா? ஆகையால் இந்தப் பாட்டில், தஞ்சம் என்று அடைந்தால் அருள் செய்கின்றவன் முருகன் என்று சொல்ல வந்த அருணகிரி யார், அந்த அருளைப் பில்க விடுகின்ற உருவத்தில் ஆறுமுகம் உண்டு என்பதை நினைப்பூட்டுகிறார். ஆறுமுகங்கள் கொண்ட திரு அவதாரம் அருள் மிகுதியைக் காட்டுவதற்குச் சிறந்த அடையாளம்.-

ஆகையால்,

தஞ்சத்து அருள் சண்முகனுக்கு

என்று சொன்னார்.

ஆறுமுகம்

ஆறுமுகன் ஆறு திக்குகளிலும் முகம் கொண்டவன், நான்கு திசைகள், மேல், கீழ் ஆக ஆறு திக்குகள். எந்தத் திசையிலிருந்து எந்த அன்பன் வந்து தஞ்சம் என்று புகுந்தாலும் இருந்தபடியே அவனுக்கு அருள் செய்கின்ற பேராற்றல் உடையவன் முருகன். எல்லா இடங்களிலும் அவன் முகத்தின் பார்வை படுகிறது. எல்லாத் திசைகளிலும் அவனுடைய கண்ணின் அருள் பார்வை படுவதாலும், எந்த ஆன்மா எந்தத் திசையில் இருந்து வந்து தஞ்சம் புகுந்தாலும் அதற்கு உடனேயே அருள் கிடைக்கும். ஆகையால் புகல் அடைவாருக்கு அருள் செய்வதில் சிறந்தவன் ஆறுமுகன் என்ற கருத்தைக் கொண்டே,

தஞ்சத்து அருள் சண்முகனுக்கு

என்று சொன்னார்.

மாலையின் இலக்கணம்

சண்முகநாதனுக்கு ஞான மாலை சாத்தப் போகிறார் அருணைமுனிவர். அந்த மாலையின் இலக்கணத்தைச் சொல்கிறார்.

இயல்சேர், செஞ்சொல் புனை மாலை.

வரிசையாகப் பூக்களைத் தொடுத்து அமைப்பது மாலை என்று பெயர் பெறும். இங்கே பாக்களைத் தொடுத்து அதற்கு மாலை என்று பெயர்கொடுக்கிறார். கந்தர் அநுபூதி என்பதே அதன் பெயரானாலும் அதுவும் பாமாலைதானே? முன்பே அவர் ஞானமாலை கட்ட வேண்டுமென்று ஆசைப்பட்டா ரென்பதை நாம் பார்த்தோம். இப்போது அந்த மாலையின் இலக்கணத்தை வேறு வகையில் சொல்கிறார். அங்கே, கட்டும்போது அமையும் நிலையைச் சொன்னார். இங்கே மாலையாகப் பார்க்கும்போது அமையும் நிலையைச் சொல்கிறார். "மாலையில் தமிழின் பகுதிகள் எல்லாம் சிறப்பாக அமைந்திருக்கவேண்டும்" என்பது அருணகிரியார் ஆசை. தமிழ் ஐந்து இலக்கணங்களால் சிறப்பு அடைவது. இலக்கணம் என்பது லட்சணம் என்பதன் திரிபு. அதற்கு அழகு என்பது பொருள். தமிழ் ஐந்து வகையான பகுதிகளால் அழகுற்றது; ஐவகை இலக்கணங்கள் கொண்டது. பழங் காலத்தில் மூன்று இலக்கணங்கள் என்று சொன்னார்கள். நாளடைவில் விரிந்து ஐந்து இலக்கணங்கள் ஆகிவிட்டன. அருணகிரிநாதப்பெருமான் காலத்தில் தமிழ் ஐந்து இலக்கணங்களுடையது என்ற மரபு வந்துவிட்டது. ஐந்து இலக்கணங்களும் பொருந்திய பாமாலையை முருகப் பெருமானுடைய திருத்தாளில் அணிய வேண்டும் என்று நினைக்கிறார் அருணை முனிவர்.

ஐந்து இலக்கணம்

அந்த மாலை, புனை மாலையாக இருக்கவேண்டும்; சொல் மாலையாக இருக்கவேண்டும்; செஞ்சொல் மாலையாக இருக்கவேண்டும். சொல் என்பது எழுத்துக்களின் கூட்டம். வெறும் எழுத்துக்களின் கூட்டம் சொல் ஆகாது. பொருளோடு கூடிய எழுத்துக்களின் கூட்டந்தான் சொல்லாகும். அந்தப்பொருள் சிறந்ததாக இருக்கவேண்டும். செம்மை என்ற சொல்லுக்கு நிறைவு, சிறப்பு, நேர்மை என்று பல பொருள் உண்டு. இந்த மாலையில் மிகச் சிறந்த பொருளை

உடையனவும் எழுத்துக்கள் அமைந்தனவுமாகிய சொற்கள் நன்றாக அமைந்து இருக்கவேண்டும் என்பதையே,

செஞ்சொல் புனை மாலை

என்பதனால் குறிப்பித்தார்.

புனைதல் என்பதற்கு அலங்கரித்தல், அழகு செய்தல் என்று பொருள். அந்தச் சொல்லில் அலங்காரம் என்ற இலக்கணம் புலனாகிறது. மாலையென்பது கட்டுவது. கட்டுவதை யாப்பு என்று சொல்வார்கள். செய்யுள் இலக்கணத்தை யாப்பிலக்கணம் என் சொல்வது மரபு. எனவே மாலை என்பதனால் யாப்பு இலக்கணம் அமைந்தது என்று கொள்ளலாம். இப்போது சொல் என்பதனால் எழுத்தும் சொல்லும் வந்தன. செம்மையைச் சொன்னதனால் பொருளின் சிறப்புத் தெரிந்தது. மாலை என்பதனால் யாப்பைப் பற்றிய செய்தியும் அமைந்தது. புனைதலாகிய அலங்காரம் உண்டு என்பதையும் தெரிந்து கொண்டோம்.

அந்த வகையில்,

செஞ்சொல் புனை மாலை

என்பதனால்,எழுத்து,சொல்,பொருள், யாப்பு, அணி ஆகிய ஐந்து இலக்கணங்களையும் உடைய, குறை எதுவும் இல்லாது நிரம்பப்பெற்ற, பாமாலை என்பதைக் குறிப்பாகப் புலப்படுத்துகிறார்.

முருகனும் தமிழும்

முருகப் பெருமான் தமிழைத் தந்தவன். "செந்தமிழ் நூல் விரித்தோனை" என்று கந்தர் அலங்காரத்தில் சொல்வார். தமிழினிடத்தில் அவனுக்கு அதிகக் காதல் உண்டு. அவனுடைய பாடல்களை எழுத்துப் பிழை இல்லாமல் பாடவேண்டும் என்று அலங்காரத் தில் சொல்வார்:

"அழித்துப் பிறக்க ஒட்டா அயில் வேலன் கவியை அன்பால் எழுத்துப் பிழையறக் கற்கின்றிலீர்,"

முருகப் பெருமான் தமிழ் மரபைக் காப்பவன். அகப் பொருள் இலக்கணத்தின் முதல் திணையாகிய குறிஞ்சிக்குத் தலைவன். களவு, கற்பு என்னும் இருவகை மணத்தில் சிறந்ததாகப் போற்றப்பெறும் களவு மணப்படி வள்ளியெம் பெருமாட்டியை மணந்தவன். முதல் சங்கத்தில் ஒரு புலவனாக இருந்து விளங்கியவன்.

"சங்கத் தமிழின் தலைமைப் புதல்வா"

என்று குமரகுருபரர் பாராட்டுகிறார். அகத்தியனாருக்கு உபதேசம் செய்தவன்: நக்கீரர் உரையே மிகச் சிறந்தது என்று உருத்திர சன்மனாக இருந்து புலப்படுத்தினவன்.

இப்படித் தமிழுக்கும், முருகனுக்கும் உள்ள தொடர்பு பல காலமாகப் பல வகையாக இருந்து வருகிறது. அத்தகைய முருகனுக்குக் குறை நிரம்பிய பாமாலையைச் சூட்டலாமா? சாதாரணமான பாமாலை கூட அவனுக்குப் பொருத்தம் அன்று. எல்லா வகையிலும் சிறந்த பாமாலையை, எல்லா இலக்கணங்களும் குறைவற நிரம்பிய பாமாலையை, ஐந்து இலக்கணங்களினாலான செந்தமிழ் மாலையைச் சூட்டவேண்டும். இதனை நன்கு அறிந்த அருணகிரியார் அத்தகைய மாலையை அணியவேண்டும் என்ற தம் ஆசையைக் காப்புச் செய்யுளில் தெரிவித்துக் கொள்கிறார்.

சண்முகனுக்கு இயல்சேர், செஞ்சொல் புனைமாலை.

இயல், இசை, நாடகம் என்று தமிழ் மூன்று வகைப்படும். அவற்றில் இயல் தமிழ் இந்தப் பாமாலை. இந்த இயல் தமிழ் ஐந்து இலக்கணங் களும் பொருந்தியதாக இருக்க வேண்டுமென்று விரும்புகிறார்.

இடும் நிலை

முருகனைத் தலைவனாகக் கொண்டு அவன் புகழைச் சொல்லுகின்ற ஞானப் பாமாலையாகிய அநுபூதியை இறைவனுக்குச் சூட்டும்போது தம்முடைய நிலை இன்னபடி இருக்க வேண்டும் என்று அடுத்தபடியாக அருணகிரியார் சொல்கிறார்.

சிறந்து இடவே

என்பது அந்தப் பகுதி. மாலை நன்றாக அமைந்து கைக்கு வந்தால் போதாது. அதனைச் சூட்டும் போது தூய கையோடும் மனத்தோடும் இருக்கவேண்டும். சிறந்த சுவையுள்ள உணவானாலும் கையும்,வாயும் தூயனவாக இருந்தால்தான் அந்த உணவின் பயனைப் பெறலாம். அதுபோல, உயர்ந்த தலைவனுக்கு உயர்ந்த பாமாலையைச் சூட்டும்போது தகுதி சிறந்திருக்க வேண்டும்; எல்லா வகையான தகுதிகளும் நிரம்பி இருக்கவேண்டும். எல்லாம் நிரம்பிய நிலையில் அந்தப் பாமாலையை இடவேண்டும்.

கவிஞர்கள் ஒருவகையான சந்நதம் வந்து கவி பாடுவார்கள் என்று சொல்வது உண்டு. கவிதா ஆவேசம் என்றும் அதைச் சொல்லலாம். அந்த மன நிலையை 'மூட்' *(Mood)* என்று ஆங்கிலத்தில் சொல்வது உண்டு. கவிக்கு ஏற்ற மன நிலை *(Poetic Mood)* எப்போதும் புலவர்களுக்கு வராது. புலவனும் மனிதன் தானே? மற்ற மனிதனைப் போலச் சாதாரண எண்ணங்கள் அமைந்திருக்கும் காலம் பலவாக இருக்கும். சில சமயங்களில்தான் கவிஞனின் உணர்ச்சியும், ஆற்றலும் அவனிடத்தில் மலரும். பூச்செடியில் எப்போதுமே மலர் மலராது. சில சமயங்களில் வெறும் மொட்டுகளாக இருக்கும். பல சமயங்களில் ஒன்றும் இராது. மலர்வதற்கு ஒரு பக்குவம் வேண்டும். காலம் உண்டு. அதுபோலத் தான் கவிஞன் பாட்டுப் பாட வேண்டுமானால் அதற்கு முன்னால் அவனிடத்தில் உணர்ச்சி பிறக்கவேண்டும். உள்ளம் நிரம்பிய

உணர்ச்சியினால் நிறைந்து வெடித்து வருவதுதான் அருமையான பாடலாக அமையும்.

'அத்தகைய சிறந்த பக்குவத்தில் நான் இருந்து பாமாலை சூட்டவேண்டும்' என்று தம்முடைய விருப்பத்தை அருணகிரியார் விண்ணப்பித்துக்கொள்கிறார்.

செஞ்சொற் புனைமாலை சிறந்து இடவே.

பஞ்சக்கர ஆனை

இப்படியெல்லாம் பேசிய அருணகிரியார் இந்தக் காப்புக்குரிய தெய்வமாகிய விநாயகரை நினைக்கிறார்.

பஞ்சக்கர ஆனை பதம் பணிவாம்.

"ஐந்து கரங்களை உடைய யானைமுகப் பெருமானாகிய விநாயகருடைய பாதத்தைப் பணிந்து வணங்குவோம்' என்பது இதற்குப் பொருள்.

'பணிவாம்' என்று பன்மையில் சொன்னார். அது தம்மை உயர்வாகக் கருதிச் சொன்னது அன்று. இந்தப் பாமாலை பாடுவதற்குக் காரணம், தாம் பெற்ற இன்ப அநுபவத்தைப் பிறரும் பெறவேண்டும் என்பது தான். ஆகவே இதனால் பயன் அடைபவர்கள் உலகத்து மக்கள். எல்லோரும் சேர்ந்து பயன் பெறும் ஒன்றை விநாயகப் பெருமான் திருவருளினால் நன்கு நிறைவேற்ற வேண்டும் என்று எண்ணினார் அருணகிரியார். ஆகையால் பயன் பெறுவதற்குரிய மற்ற மக்களையும் அழைத்து, எல்லோரும் சேர்ந்து விநாயகப் பெருமான் பாதத்தை வணங்குவோம் என்று சொல்கிறார்.

பாதம் பணிதல் என்பது பணிவைக் காட்டுவது. இதைப்பற்றி வேறு இடங்களிலும் பேசுவதற்குச் சந்தர்ப்பம் உண்டு. ஆதலால் அதை இங்கே விரிக்க வில்லை.

விநாயகப் பெருமானுக்கு மற்றத் தெய்வங்களுக்கு இருப்பதுபோல நான்கு கைகள் இருப்பதோடு முகத்தில்

இருந்து தொங்கும் துதிக்கையும் ஒரு கையாகும். அதை, 'வக்ர துண்டம்' என்று வட மொழியில் சொல்வார்கள். 'கோணலான மூக்கு' என்பது பொருள். தமிழிலும் சில சமயங்களில் மூக்கு என் று சொல்வார்கள்.

"நெடு மூக்கில் கரியுரித்தார்"

என்பது தேவாரம். ஆனால் பெரும்பாலும் யானையின் முகத்தில் தொங்கும் உறுப்பைத் துதிக்கை, தும்பிக்கை என்று சொல்வதே வழக்கு.

அது மூக்காகவும் பயன்படும்; கையாகவும் பயன்படும். பெரும்பாலும் கையாகவே பயன்படுவதால் துதிக்கை என்று சொல்லும் வழக்குத் தமிழில் ஏற்பட்டது. அந்தக் கையையும் சேர்த்தால் விநாயகப் பெருமானுக்கு ஐந்து கை இருப்பதைக் காணலாம்.

ஐந்து கரங்களை உடைய விநாயகப்பெருமானை வணங்குவோம் என்று அருணகிரியார் சொல்வதில் ஒரு நயம் இருக்கிறது. இங்கே விநாயகப் பெருமானை வணங்குவது, முருகப் பெருமானைப் பற்றிப் பாடுகின்ற பாமாலை நன்கு நிறைவேற வேண்டும் என்பதற்காகத்தான். அந்தப் பாமாலையில் ஐந்து இலக்கணங்களும் நிரம்பவேண்டும் என்று கருதினார். ஐந்து இலக்கணங்கள் அமைந்த இயல் சேர்ந்த தமிழ்ப் பாமாலையை ஐந்து கரங்களையுடைய விநாயகனே, நீ அருள்வாயாக என்று சொல்வதில் அழகான பொருத்தம் இருக்கிறது. கைக்கு ஓர் இலக்கணமாக எளிதில் தரலாமே என்று குறிப்பிடுவதுபோல அமைக்கிறார்.

யானை உருவம்

ஐந்து கரங்களையுடைய யானை என்று விநாயகரைச் சொல்கிறார். யானை முகம் உடைய விநாயகரை யானை என்று சொல்வது வழக்கந்தான். ஆனால் இங்கே யானை முகன் என்றும் சொல்லி இருக்கலாமே. யானை என்று சொல்வதில் ஏதேனும் சிறப்பு இருந்தால் அதனைக்

கொள்வதில் தவறு இல்லை. எனக்கு ஒரு சிறப்புத் தோன்றுகிறது.

முருகப்பெருமானுக்கு மாலை சூட்ட ஆசைப்பட் டார் அருணகிரியார். அப்பெருமானுக்கு உலகத்தில் முன்பு மாலை சூட்டிய பெருமாட்டி வள்ளிநாயகி. வள்ளிநாயகியின் திருமணத்தைப் பற்றிச் சற்றே நினைந்து பாருங்கள். முருகப்பெருமானை எளிதில் அவள் மணந்து கொள்ளவில்லை. விநாயகப்பெருமான் அங்கே வந்து உதவி செய்தார். முருகன் வள்ளியெம் பெருமாட்டியின் மாலையை அணிவதற்கு முன்னால் விநாயகர் எழுந்தருளித் துணை செய்தார்.

ஆகவே முருகப்பெருமானுக்கு மாலை இடுவதற்கு முன்பு உபகாரம் செய்யும் பழக்கம் முன்பே விநாயகருக்கு இருக்கிறது. வள்ளிநாயகி மாலையை முருகனுக்கு அணிவதற்கு முன்னாலே ஆனைமுகனாக விநாயகர் தோன்ற வில்லை; ஆனையாகவே தோன்றினார். இப்போதும் முருகப்பெருமானுக்கு மாலை சூட்டப் புகுந்த அருணகிரியார் அந்தப் பழைய திருவிளையாட்டை நினைக் கிறார். 'முருகனுக்கு மாலை சூட்டுவதற்கு முன்னாலே யானையாகவே வந்த பெருமான் ஆயிற்றே. அப்படியே வந்து எனக்கு அருள் செய்யவேண்டும்' என்று முன்னை நிகழ்ச்சியைப் பொருத்தமாகச் சொல்வாரைப் போல,

ஆனைபதம் பணிவாம்

என்று சொன்னார்.

பாதம் பணிதல்

ஐந்து கரத்தையுடைய யானை யானாலும் அந்தக் கரத்தினால் அவன் நமக்கு வேண்டியவற்றைத் தருவதாக இருந்தாலும் நாம் பணியவேண்டியது அவனுடைய பாதத்தைத்தான். அவன் திருக்கண் பார்வையால் அருள் கொழிப்பது, திருவாக்கினால் உபதேசம் பண்ணுவது, திருக்கரத்தால் அருள்

செய்வது, இன்னும் இதுபோன்ற உதவிகளைப் பண்ணுவது ஆகிய எல்லாவற்றிற்குமே திருவடியைத் தொழுதால் போதும். திருக்கரத்தால் அருள் தருவதற்குக் கரத்தைத் தொழவேண்டும் என்பது இல்லை. வேரில் தண்ணீர் ஊற்றினால் இலை தழைத்து, கிளைகள் வளர்ந்து, பூக்கள் மலர்ந்து, காய்கள் காய்த்துக் கனி கனியும். அதுபோலவே பஞ்சக்கர ஆனையின் பாதத்தைப் பணிந்தால் அப்பெருமான் கரத்தினால் தருவதைத் தருவான். கண்ணால் அருள் செய்வதை அருளுவான். தருகின்ற கைகளை முதலில் பார்த்துப் பின்பு வழங்கும் பொருட்டுப் பாதத்தைப் பற்றிக் கொள்கிறார். ஆகவே,

பஞ்சக்கர ஆனை பதம் பணிவாம்

என்றார்.

தொகுப்பு

இதுவரைக்கும் கூறினவற்றைத் தொகுத்துப் பார்க்கலாம். கந்தர் அநுபூதியின் தொடக்கத்தில் அருணகிரியார் காப்புச் செய்யுளைச் சொன்னார். சைவர்கள் விநாயகப் பெருமானுக்குக் காப்புச் சொல்வதும் வைணவர்கள் நம்மாழ்வாருக்குக் காப்புச் செல்வதும் வழக்கம். அருணகிரியார் விநாயகப் பெருமானுக்குக் காப்புச் சொல்லும் போது கந்தர் அநுபூதியின் பயனை முன்னால் சொல்லி, முருகப்பெருமானுடைய இயல்பைப் பின்பு சொல்லி, இந்தப் பாமாலையின் இலக்கணத்தை அப்பால் சொல்லி, இதனை எந்த நிலையில் இருந்து சூட்டவேண்டும் என்பதைப் பிறகு சொல்லி, விநாயகரைப் பற்றிய வணக்கத்தைக் கடைசியில் சொல்லி முடிக்கிறார்.

நெஞ்சக் கன கல்லும் நெகிழ்ந்து உருக

என்பது பயன்.

தஞ்சத்து அருள் சண்முகனுக்கு

என்பது பாட்டுடைத் தலைவனது இலக்கணம்.

இயல்சேர் செஞ்சொல் புனைமாலை

என்பது நூலின் இலக்கணம்.

சிறந்து இடவே

என்பது நூலைப் பாடும் முறையின் இலக்கணம்.

பஞ்சக்கர ஆனை பதம் பணிவாம்

என்பது காப்பாக நிற்கும் மூர்த்தியை வழிபடும் முறைஇவ்வளவையும் இந்தக் காப்புச் செய்யுளில் பார்த்தோம்.

நெஞ்சக் கனகல் லும்நெகிழ்ந்து உருகத்
தஞ்சத்து அருள்சண் முகனுக்கு இயல்சேர்
சஞ்சொல் புனைமா லைசிறந் திடவே
பஞ்சக் கரஆனைபதம் பணிவாம்.

நெஞ்சமாகிய கனமுள்ள கல்லும் முதலில் நெகிழ்ச்சி பெற்றுப் பின்பு உருகும்பொருட்டு, தஞ்ச மென்று அன்பர்கள் புக்கவிடத்தில் அவர்களுக்கு அருள் புரியும் ஆறுமுக நாதனுக்கு, இயற்றமிழின் இலக்கணம் அமைந்த பொருளால் செம்மையை யுடைய சொற்களை அழகாகப் புனைந்து அமைத்த யாமாலையை கருவிகரணங்கள் தூயனவாக இருக்கும் சிறந்த நிலையில் நின்று அணிய, ஐந்து கரங்களை யுடைய யானையாகிய விநாயகப் பெருமானுடைய திருவடிகளை வணங்குவோம்.

நெஞ்சமாகிய கல். அது கனமுள்ள கல். கனம் என்பது வடசொல்லாதலின் கனகல் என இயல்பாக நின்றது. கல்லும் என்பது உயர்வு சிறப்பும்மை. பிற கற்கள் உருகினாலும் நெஞ்சம் உருகாதது என்பதைப் புலப்படுத்தியது. நெகிழ்ந்து உருக இட என்று கூட்டவேண்டும். இந்த மாலையைப் புனைந்து இடுவ தற்கு நெகிழ்ந்து உருகுதல் பயன்.

உருக என்பது காரியப் பொருளில் வந்த எச்சம். தஞ்சத்து தஞ்ச மென்று புக்கபோது; தஞ்சம் அடைதல் என்ற பொருளில் வந்த தொழிற்பெயர் அத்துச்சாரியைப் பெற்றது; ஏழாம் வேற்றுமைத் தொகை; தஞ்சம் அடைதலின்கண் என்று சொற்பொருள். விரிக்க வேண்டும். ஷண்முக: என்பது சண்முகன் எனத் தமிழில் வந்தது. சண்முகனுக்கு இட என்று முடியும்.

இயல்சேர் மாலை, செஞ்சொல் மாலை, புனை மாலை என்று கூட்டுக. இயல் - முத்தமிழில் ஒன்றாகிய இயற்றமிழ்; இங்கே அதன் இலக்கணத்தைக் குறித்து நின்றது. செஞ்சொல் - செம்மையாகிய சொல்; செம்மை, இங்கே நிறத்தைக் குறிக்காமல் நிறைவு முதலிய பண்புகளைக் குறித்தது. சொல்லால் புனைந்த மாலை என்றும் சொல்லலாம். புனை - அழகு செய்த. மாலை - பாமாலை. பல பிரபந்தங்கள் மாலை என்னும் பெயருடன் வழங்குவதைப் பார்க்கலாம். இரட்டை மணி மாலை, மும்மணி மாலை என்று அடையடுத்தும் சோணசைல மாலை என்பதுபோல அடையின்றியும் மாலைகள் இருக்கின்றன. சிறந்து- நாம்சிறந்தநிலையில் இருந்து. இட - அணிய. மாலையிடுதல் என்பது வழக்கு. ஏகாரம்: அசைநிலை. பஞ்சக்கரம் என்பது வடசொல் தொடராயினும் தமிழ்முடிபு ஏற்றுக் ககரம் மிக்கது.

பஞ்சக்கரங்களை யுடைய ஆனை என்றதனால் விநாயகர் என்ற பொருள் கிடைத்தது. ஆனையினது பதம்; பதத்தைப் பணிவாம். பணிவாமென்பது முன்னிலையையும் அடக்கிய உளப்பாட்டுத் தன்மைப் பன்மை.

நெகிழ்ந்து உருக இடப் பணிவாம் என்று கூட்ட வேண்டும். இட என்பதும் காரியப் பொருளில் வந்த எச்சம்.

பணிந்தால் இடலாம்;இட்டால் உருகலாம் என்று காரண காரியங்கள் தொடர்ந்து அமைவதைக்காண்க. ஐம்பத்தொரு பாடல்கள் அமைந்த இந்த ஞான மாலைக்கு அழகான காப்புச்

செய்யுளை அமைத்த அருணகிரியார் அடுத்து நூலைப் பாடத் தொடங்குகிறார்.

பாடும் பணி

கந்தர் அநுபூதி என்பது ஒரு சொற்கோயில். கல்லால் அமைத்த கோயில்களில் உள்ள சில அமைப்புகளைப் போல இந்தக் கோயிலிலும் சில அமைப்புகள் உண்டு. முருகப்பெருமான் எழுந்தருளி இருக்கும் கற்கோயிலின் வாசலில் துவார கணபதி எழுந்தருளி இருப்பார். கந்தர் அநுபூதியாகிய சொற்கோயிலில் முதல் பாட்டாகிய காப்பு, விநாயகப்பெருமான் எழுந்தருளி இருக்கும் இடம் என்று சொல்லலாம். துவார கணபதியைத் தரிசனம் செய்து வைத்த அருணகிரியார் மெல்லக் கந்தர் அநுபூதித் திருக்கோயிலுக்குள் அழைத்துச் செல்கிறார்.

அநுபூதியாகிய இந்த நூல் அருணகிரிநாதப் பெருமானுடைய வாக்குச்சிறப்பை நன்கு எடுத்துக்காட்டுவது; அவருடைய அநுபவத்தையும் தன் னுள்ளே பொதிந்துள்ளது. சிறந்த புலவராகிய அருணகிரிநாதப் பெருமானுடைய திருவாக்கு ஆதலின் செஞ்சொல் கவி இன்பம் இதில் நிறைந்திருக்கும்; "செஞ்சொற் புனை மாலை" என்று அருணகிரிநாதரே காப்புப் பாட்டில் சொன்னார் அல்லவா? அதோடு, அநுபூதியைச் சொல்கின்ற நுட்பமான பகுதிகளும் இருக்கும். புலமை நலமும், அநுபவ நலமும் ஒருங்கே அமைந்த கந்தர் அநுபூதியின் முதல் பாட்டை இப்போது பார்க்கலாம்.

சொற்கோயில்

கோயிலுக்குள் நுழையும்போது வெளியில் துவார கணபதியைப் பார்த்து வணங்கி விட்டோம். பிராகாரத்திற்குள் நுழைந்து உள்ளே புகுந்தால் முதலில் பலி பீடம் நிற்கும். அந்தப் பலி பீடத்திற்கு அப்பால் கொடி மரம் நிற்கும். அதற்கப்பால் ஆண்டவனுடைய வாகனம் இருக்கும்.

முருகப்பெருமானுடைய திருக்கோயிலில் வேலையும் நட்டு வைத்திருப்பார்கள்.

கந்தர் அநுபூதியாகிய செஞ்சொற் கோயிலுக்குள் அழைத்துப் போகும் அருணகிரியார் அந்தக் கோயில் வாசலில் எழுந்தருளியிருக்கும் துவார கணபதிக்கு வணக்கம் செலுத்திவிட்டு, உள்ளே உள்ளவற்றைக் காட்டுகிறார். "இதோ பார்; ஆண்டவனுடைய வாகனமாகிய ஆடும் பரி இருக்கிறது. இங்கே நட்டிருக்கிற வேலையும் பார். சற்றே அண்ணாந்து பார்; அந்தப் பெருமானுடைய சேவல் கொடி பறக்கிறது" என்று சொல்வாரைப் போலச் செய்திகளை அமைக்கிறார்.

ஆடும் பரிவேல் அணிசே வல்எனப்
பாடும் பணியே பணியா அருள்வாய்;
தேடும் கயமா முகனைச் செருவில்
சாடும் தனியா னைசகோ தரனே!

"கயமுகாசுரனைப் போர்க்களத்தில் எதிரிட்டு அவனைச் சங்காரம் பண்ணின மகாகணபதியின் சகோதரனே, பிரணவ சொரூபமாகிய மயில் வாகனம், திருக்கரத்திலுள்ள ஆயுதமாகிய வேல், அழகு செய்கிற கொடியாகிய சேவல் என்று சொல்லிப் பாடுகிற திருப்பணியையே எனது வேலையாகப் பணித்தருளவேண்டும்" என்பது இந்தப் பாட்டின் சுருக்கமான பொருள். இந்த அளவில் பாட்டின் பொருளைப் பார்த்தால் போதாது. திட்பமும், நுட்பமும் சேர்ந்த பாட்டாதலின் மெல்ல மெல்லப் பகுதி பகுதியாகப் பார்க்கவேண்டும்.

சந்நிதிக் காட்சி

இந்தப் பாட்டில், முருகப்பெருமானைப் பாடும் பணி தமக்கு அமைய வேண்டுமென்று. அருணகிரியார் சொல்லவில்லை. மயிலையும், வேலையும், கோழியையும் பாடவேண்டும் என்று சொல்கிறார். முருகப் பெருமானின் திருக்கோயிலுக்குள் நுழையும்போது முன்னால் இவற்றையெல்லாம் நாம் பார்க்கிறோம். முதலில் பலிபீடம்

கண்ணில் படுகிறது. நம் உள்ளத்தில் உள்ள தீய எண்ணங்களை அந்தப் பலி பீடத்தில் பலியிட்டுவிட்டு வாகனத்தைப் பணிகிறோம். சிவபெருமானது திருக்கோயிலுக்குள் செல்லும்போது நந்தியெம் பெருமானை வணங்கி இரண்டு கொம்புகளுக்கிடையே சிவபெருமானைத் தரிசித்துப் பின்னே உள்ளே செல்லவேண்டும் என்பது முறை.

இப்படிப் பல வகையான அமைப்புகளை முன்னாலே வைத்திருப்பானேன்? ஓர் உயர்ந்த அதிகாரியைப் பார்க்க வேண்டுமானால் அவர் வீட்டுக்குப் போகிறோம். அந்த வீட்டில் அவர் வாசலில் உட் கார்ந்திருக்கமாட்டார். காவலாளிகள் இருப்பார்கள்.

அவர்கள் வாயிலாகச் சீட்டை உள்ளே அனுப்பி, அங்கே இருந்து அனுமதி வந்தவுடன் உள்ளே புக வேண்டும். எத்தனைக்கு எத்தனை காவல் முதலியன இருக்கின்றனவோ அத்தனைக்கு அத்தனை உள்ளே இருப்பவர்களுடைய மதிப்பு அதிகமாகிறது. சாதாரண அதிகாரியின் நிலையே இப்படியென்றால் உலகத்திற்கெல்லாம் தனித் தலைவனாக இருக்கும் ஆண்டவன் எவ்வளவு சிறந்த கௌரவத்தோடு இருப்பான்!

நமக்கு எவ்வளவு வேண்டிய அன்பராக இருந்தாலும் அவர் வீட்டுக்குப் போகும்போது தடபுடலாக நேரே அவரைப் பார்ப்பதற்குச் செல்வது தக்கது அன்று. அவர் வீட்டில் உள்ளோரிடம் மரியாதை இல்லாமல் வேகமாகச் சென்றால் அவர்கள் நம்மை விரும்பமாட்டார்கள். வீட்டுக்குடை யார் அதை அறிந்தால் வெளிப்படையாக நம்மிடம் சொல்லாவிட்டாலும், "இவனுக்கு மரியாதை தெரியவில்லையே!" என்று நினைப்பார். யாரிடத்தில் நாம் அன்பு வைக்கின்றோமோ அவரைச் சார்ந்தவரிடமும் அன்பு பாலிப்பதுதான் நல்ல முறை. அந்த வகையில் முருகப் பெருமானிடத்தில் மீதூர்ந்த அன்புடைய அருணகிரியார் அந்தப் பெருமானுடன் சார்ந்த மயிலையும், வேலையும், கொடியாகிய சேவலையும் பாடுகிறார். கந்தர்

அலங்காரத்திலும் அவற்றைப் பற்றி அவர் பாடிய பாடல்களைப் பார்த்தோம். திருவகுப்பில் மயில், வகுப்பு, வேல் வகுப்பு ஆகிய இரண்டும் உண்டு. வேல் விறுத்தம், மயில் விருத்தம், சேவல் விருத்தம் என்று தனிப் பிரபந்தங்களை அருணகிரியார் பாடி யிருக்கிறார்.

பல வகையான அங்கங்களை உடையவன் அரசன். அங்கங்கள் அதிகமாக அதிகமாக அரசனது பெருமையும் அதிகமாகும். முருகப்பெருமான் பல அங்கங்களை உடையவன், மயில் முதலியன அவனுடைய மதிப்பை விளக்கும் அங்கங்கள். சிறந்த மதிப்புடைய பெருமானாகையினால் அவனுடைய அங்கங்களுக்கும் நல்ல சிறப்பு இருக்கும்.

அரசன் ஒரு தனி மனிதன்தான். அவனுக்குரிய பதவியை அவன் உருவத்தைக் கண்டு நாம் காண முடியாது. அவனும் நம்மைப் போல இரண்டு கையும், காலும் உடைய மனிதன். நம்மைப் போல அவனும் வீதியில் நடந்து போனால் அவனை யாரும் மதிக்க மாட்டார்கள். அவன் சாலையில் நடந்து செல்லும் போது முன்னால் நூறு பேர்கள் செல்ல, பக்கத்தில் பலர் சூழ, பின்னால் ஒரு பெரும் படை சென்றால் அவன் பெருமையை நாம் உணர்ந்து கொள்கிறோம். உலகத்திற்கு நாயகனாக இருக்கும் ஆண்டவன் பெருமையை அவனுடைய ஆலயத்தில் பார்க்கிறோம். அவன் இருப்பது கர்ப்பக் கிருகந்தான். ஆனால் அவனைச் சுற்றிப் பல பரிவார தெய்வங்கள் இருக்கின்றன. ஆவரணங்கள் இருக்கின்றன. கோயிலின் பெருமை இத்தகைய அமைப்புக்களால் மிகுதியாகிறது. அங்கங்களைக் கண்டு பின்பு அங்கியைக் காணுவது முறை. அந்த வகையில் அருணகிரிநாதப் பெருமான் இந்தச் செஞ்சொற் கோயிலுக்குள் நுழைந்தவுடனே அவனுடைய வாகனம் முதலியவற்றை முதலில் பணிகிறார்.

ஆடும் பரி-தோகையை விரித்து நடமாடுகிற மயில்; வேல் - எம்பெருமான் திருக்கரத்தில் இருக்கும் ஞானசக்தியாகிய வேலாயுதம்; அணி சேவல் அவனது வெற்றிச் சிறப்பைக்

காட்டி அழகு செய்கின்ற கொடியாகிய சேவல். இந்த மூன்றையும் பல முறை சொல்லிச் சொல்லிப் பாராட்ட வேண்டும். அப்படிப் பாராட்டுகின்ற தொண்டையே தம்முடைய பணியாக வகுத்தருளவேண்டும் என்று முருகனைப் பிரார்த் திக்கிறார்.

இன்னும் முருகப்பெருமான் கோயிலுக்குள்ளே செல்லவில்லை. வாசலில் புகும்போது அவனோடு தொடர்புடைய பொருள்களைக் கண்டு மனம் உருகித் தம்முடைய பணிவையும், பக்குவத்தையும் தெரிவிக்கின்றார். "இந்தத் திருவாசலில் நின்று இவற்றைத் துதித்துக் கொண்டிருந்தால் என்னுடைய வாழ்க்கை நிறைவுபடுமே" என்று சொல்கிறார். அப்படிச் சொல் லும்போது அவர் வெறும் மயிலைச் சொல்லவில்லை. இரும்புப் பட்டறையில் அடிக்கும் வேலைச் சொல்லவில்லை. தினந்தோறும் விடியற்காலையில் கூவுகின்ற கோழியைச் சொல்லவில்லை. எம்பெருமானோடு தொடர்புடைய மயிலையும்,வேலையும், சேவலையுமே சொல்கிறார். அவை எம்பெருமானோடு தொடர்பு பெற்றமையினால் பெருமை அடைந்தன.

ஆகவே அவற்றைத் துதிக்கின்றபோது இறைவனுடைய நினைவும் உள்ளத்திற்குள் சுருதி போடும்.

மந்திர நூல்

கந்தர் அநுபூதி மந்திர சாஸ்திரம் போன்றது. மிகவும் சுருக்கமான பாடல்கள் சுருங்கிய மந்திரங்களைப் போலவே இதில் அமைந்திருக்கின்றன. பொருள் செறிவு மிக்கவை. பல காலமாகத் தமிழ்நாட்டில் உள்ள முருகன் அடியார்கள் இந்த நூலைப் பாராயணம் செய்து வருகிறார்கள். அப்படிச் செய்வதனால் இம்மை வாழ்விலே வரும் இடையூறுகள் போகும் என்றும், தம்முடைய விருப்பங்கள் எல்லாம் நிறை வேறும் என்றும் பக்தர்கள் நம்புகிறார்கள். அந்த நம்பிக்கை கைவரப் பெற்றுக் கந்தர் அநுபூதியைச் சிறந்த துதிப்பாடலாகப் பாராட்டுகிற மக்கள் இப் போதும்

இருக்கிறார்கள். ஒவ்வொரு பாட்டுக்கும் தனித்தனியே சக்கரம் எழுதிப் பூசை செய்கிற முறையும் உண்டு. இன்ன பாட்டுக்கு இன்ன பூ, இன்ன நிவேதனம் என்ற வரையறைகூட வைத்திருக்கிறார்கள். மந்திரங்களுக்கும் இயந்திரம் பூசை முதலியன உண்டு. கந்தர் அநுபூதியும் மந்திர சாஸ்திரம் என்ற நினைப்பினால் அத்தகைய வழக்கம் ஏற்பட்டிருக்கிறது.

பிரணவம்

வேதம் மந்திரங்கள் நிறைந்தது. மந்திரம் என்றே அதைக் கூறுவார்கள். ஆகமத்தைத் தந்திரம் என்பர்.

"மந்திரமும் தந்திரமும் ஆனாய் நீயே"

என்பது அப்பர்சுவாமிகளுடைய திருவாக்கு. மந்திரங்களின் தொகுதியாகிய வேதம் முதலில் பிரணவத்தை உடையது. ஓம் என்று தொடங்கி ஓம் என்று முடிகிறது. ஓங்காரம் எல்லா மந்திரங்களுக்கும் மூலமானது. எல்லா ஒலிகளுக்கும் ஆதியானது. அது அகார உகார மகாரம் இணைந்தது. அகாரம் சிருஷ்டியையும், உகாரம் காப்பையும், மகாரம் சங்காரத்தை யும் குறிக்கும். அ என்னும்போது வாயைத் திறக்கிறோம்; அது பிரபஞ்ச சிருஷ்டியாகிய தோற்றுவாயைக் குறிக்கிறது. உ என்னும் போது வாய் குவிகிறது; பிரபஞ்சத்தில் இது தம் தம் செயலைச் சரியான முறையில் நடத்துகிற காப்பைக் குறிக்கிறது. மகாரத்தைச் சொல்லும்போது வாய் மூடுகிறது; அது சங்காரத்தைக் குறிக்கிறது. இப்படி மூன்று தொழிலையும் அறிகுறியாகக் குறிக்கின்ற அகார, உகார, மகாரங்களின் சேர்க்கையே பிரணவம் என்று சொல்வார்கள்.

வேதங்களில் பல வகையான மந் திரங்கள் உண்டு. அவற்றையெல்லாம் ஓம் என்று சொல்லித் தொடங்குவார்கள். ஒவ்வொரு மூர்த்தியினுடைய மந்திரத்துக்கும் பிரணவமே முதலாக நிற்கும். துறவிகள் பிரணவத்தைச் சொல்லித் தியானம் பண்ணுவார்கள்.

தமிழில் சைவர்கள் வேதம் என்று போற்றுவது தேவாரம். தேவாரத்தின் முதல் மூன்று திருமுறை களும் ஞானசம்பந்தப் பெருமான் திருவாய் மலர்ந்தருளியவை. எம்பெருமாட்டி கறந்து அருத்திய ஞானப் பாலை உண்ட அந்தப் பெருமான்,

"தோடுடைய செவியன்"

என்று முதல் திருப்பதிகத்தைப் பாடத் தொடங்கினார். வேதம் பிரணவத்தில் தொடங்குவது போலத் தமிழ் வேதமாகிய தேவாரமும் பிரணவத்தில் தொடங்குகிறது. வடமொழி வேதத்தில் பிரணவம் வெளிப்படையாக இருக்கிறது. தமிழில் உள்ள வேதத்திலோ சற்றே மறைந்து நிற்கிறது. வைரங்களை விற்கிற கடையிலிருந்து ஒருவன் வைரம் வாங்கினால் அதனை அப்படியே பயன்படுத்திக்கொள்வது இல்லை. தங்கத்தினால் நல்ல கட்டிடம் கட்டி அதில் வைரத்தைப் புதைத்து அணிந்து கொள்வான். அதுபோலவே வடமொழி வேதத்தில் உள்ள ஓங்காரத்தின் முக்கிய எழுத்தாகிய ஓம் என்பதைத் தகர மெய்யோடு சார்த்தி, 'தோ' என்று ஆரம்பித்தார். 'தோடுடைய செவியன்' என்பது தேவாரத்தின் தொடக்கம். இதனைச் சேக்கிழார் சுவாமிகள் திருவாய் மலர்ந் தருளியிருக்கிறார்.

"எல்லையிலா மமுறைமுதல்மெய் யுடன்எடுத்த எழுதுமறை."

வடமொழி வேதம் எழுதாக் கிளவி; காதினால் கேட்பது. அதனால் அதற்குச் சுருதி என்ற பெயர் உண்டாயிற்று. தமிழிலும் கேள்வி என்ற பெயர் உண்டு. அது எல்லையில்லா மறை 'அனந்தாவை வேதா' என்பர். அந்த எல்லையில்லா மறையின் முதலாகிய பிரணவத்தை ஒரு மெய்யெழுத்தோடு சார்த்தி, எழுதும் மறையாகிய தேவாரத்தைத் தொடங்கினார் என்று சேக்கிழார் சொல்கிறார். 'த்' என்ற மெய்யோடு ஓகாரத்தை வைத்துத் தோ என்று தொடங்குகிற தேவாரத் திருப்பதிகங்களைப் பாடினார் ஞானசம்பந்தம் பெருமான்.

ஞானசம்பந்தப் பெருமானை முருகப்பெருமான் அவதாரம் என்று நினைப்பவர் அருணகிரியார். அப் பெருமானிடத்தில் மிகச் சிறந்த பக்தி உடையவர். அந்தப் பெருமான்,

"எனதுரை தனதுரையாக"

என்று, தாம் பாடினவை எல்லாம் இறைவன் திருவாக்கே என்று அநுபவித்துச் சொன்னார். அவ்வாறே அருணகிரிநாதப் பெருமானும் இந்த அநுபூதியைப் பாடுகிறார். அப்படிப் பாடும் போது ஞானசம்பந்தப் பெருமானுடைய முறையைப் பின்பற்றி வேதத்தின் முதல் எழுத்தாகிய பிரணவத்தை இந்த நூலுக்கும் முதலில் வைக்கக் கருதினார். ஞானசம்பந்தப் பெருமான் செய்ததையே செய்திருக்கலாம். ஆனால் அருட் புலமை மிக்க அருணகிரிநாதப் பெருமான் அவ்வாறு செய்யாமல் புதிய முறையில் அந்தக் காரியத்தைச் செய்தார்.

ஆடும் பரி

ஓங்காரம் அகார உகார மகாரங்கள் அடங்கியது என்பதை முன்பு பார்த்தோம். அந்த மூன்று எழுத்தை தனித்தனியேயும் கந்தர் அநுபூதியின் முதல் பாட்டில் தொடக்கத்தில் வைத்தார். அகாரத்தில் பின்னும் ஓர் அகாரம் கூட்டி ஆகாரம் அமைத்தார். ஆகாரம் இரண்டு மாத்திரை உடையது. அகாரத்தின் விகாரமே ஆகாரம் என்று இலக்கணக்காரர் சொல்வர்.

அடுத்த ஒலியாகிய உ காரத்தை ட் என்ற மெய்யின்மேல் சார்த்தி 'டு'என்று சொன்னார். பின்பு மூன்றாவது எழுத்தாகிய 'ம்' என்பதை அப்படியே வைத்தார். இவ்வாறே பிரணவத்தின் மூன்று எழுத்துக்களாகிய அ கார, உகார, ம காரங்களில் ஒன்றை நீட்டினார். ஒன்றைக் கூட்டினார்; ஒன்றை அப்படியே நாட்டினார். இந்த வகையில் அகாரத்தின் விகாரமாகிய ஆவும், உகாரம் சேர்ந்த ட கர மெய்யாகிய 'டு'வும், இயல்பாகவே உள்ள ம்-மும் சேர்ந்து,

ஆடும்

என்ற சொல்லாயின.

ஆடும் பரி என்பது முதல் பாட்டின் ஆரம்பம். ஆடும் என்ற சொல்லில் அகார, உகார, மகாரங்கள் கரந்து நின்று ஓங்கார ஒலியை எழுப்புகின்றன.

ஆடும் என்ற சொல்லில் மகாரம் மறையாமல் இருக்க வேண்டும் என்று கருதி, அதன் பின்னால் பரி என்ற சொல்லை நிறுவினார். அவ்விடத்தில் மயில் என்று போட்டால் "ஆடு மயில்" என்று சந்தியில் மகரம் மறைந்துவிடும். குதிரை என்று போட்டால் மகரம் திரிந்து ஙகரமாகும். தோகை என்று போட்டால் மகரம் திரிந்து நகரமாகும். மகாரம் திரியாமல் இருப்பதற்கு ஏற்றபடி பகரம் முன் நிற்கும் வண்ணம் 'பரி' என்ற சொல்லைச் சேர்த்து, ஆடும் பரி என்றார். இந்த வகையில் அநுபூதியின் முதல் சொல் ஓங்காரத்தின் விரிவாக அமைந்தது என்பதைப் பார்த்தோம். இனி மற்றொரு வகையிலும் பிரணவத்தின் நினைப்பை இந்தத் தொடர் கொண்டிருக்கிறது. இப்போது பார்த்தது எழுத்து வகை, இனிப் பொருள் வகையில் பிரணவத்தின் நினைப்பு இந்தத் தொடரில் அமைந்திருப்பதைச் சற்றே ஆராய்வோம்.

பிரணவமே மயில்

ஆண்டவன் பவனி வரும்போது மயில் தோகையை விரித்து நிற்கும். தோகை விரிந்த மயில் மீதே ஆண்டவன் எழுந்தருளி அன்பர்களுக்கு அருள் செய்வான். அவன் சந்நிதானத்தில் தனியே மயில் நின்றால் தோகை விரியாமல் குவிந்திருக்கும். இங்கே ஆடும் பரி என்று சொன்னமையினால் தோகையை விரித்து நிற்கின்ற மயிலையே அருணகிரியார் நினைக்கிறார் என்று தெரியவரும். ஆடுகின்ற மயில் முருகனையும் தன்மீது கொண்டே ஆடுகிறது.

"மயிலும் ஆட நீயும் ஆடி வரவேணும்"

என்பது திருப்புகழ்.

"செஞ்சிறிய கால்வி சாலத் தோகை
துங்க அநுகூல பார்வைத் தீரச்
செம்பொன் மயில்"

என்பது மற்றொரு திருப்புகழ்.

மயில் ஒரு காலைத் தூக்கிக்கொண்டு ஆடும். விரிந்த தோகையுடன், தூக்கிய ஒரு காலுடன் ஆடும் மயிலைப் பார்த்தால் தமிழில் உள்ள 'ஓ' என்ற எழுத்தின் வடிவமாகத் தோன்றும். ஆடுகின்ற மயில் ஓங்காரத்தை நினைப்பூட்டுகிறது. அது பிரணவத்தின் உருவம் என்று அருணகிரிநாதப் பெருமான் பாடுகிறார்.

"ஆன தனிமந்த்ர ரூப நிலைகொண்ட
தாடு மயில் என்ப தறியேனே"

என்கிறார். எல்லா மந்திரங்களையும் விட ஒப்பற்றதாக அமைந்த பிரணவமாகிய மந்திரத்தின் உருவத்தை நிலையாகக் கொண்டது ஆடுகின்ற மயில் என்பதை அடியேன் தெரிந்து கொள்ளவில்லையே' என்பது அதன் பொருள். ஓங்காரம் ஒலியாகவும் ஒளியாகவும் இருக்கும். ஒலியும் ஒளியும் கலந்த அதனுள்ளே இறைவன் எழுந்தருளியிருக்கிறான்.

'ஓங்காரத் துள்ளொளிக்குள்ளே முருகன் உருவம் கண்டு தூங்கார்'

என்பது கந்தர் அலங்காரம். சோதி வீசும் மயில் மேல் முருகப்பெருமான் எழுந்தருளியிருப்பது ஓங்காரத்தினூடே அவன் இருப்பதைக் காட்டுகிறது என்று கண்டோம். ஆடும் பரியை நினைக்கின் ற அருணகிரியார் அதனால் குறிக்கின்ற பிரணவத்தையும் உள்ளத்துள் தியானம் செய்தவர் ஆகிறார். இப்படி எழுத்திலும், பொருளிலும் பிரணவத்தின் யோகம் முதல் பாட்டின் தொடக்கத்தில் அமைந்து விட்டது.

ஆடும் பரி

என்பது அந்தத் தொடக்கம்.

அடையில்லாச் சிறப்பு

இறைவனுடைய மயிலையும்,வேலையும், சேவலையும் சேர்த்துச் சொல்வது ஒரு மரபு. ஆடாத மயிலைக் காட்டிலும் ஆடும் மயில் அழகில் சிறந்தது. ஆதலின் ஆடும் பரி என்றார். சேவல் வெற்றிக்கொடி. முருகப் பெருமானுடைய திருக்கோயிலில் அது அழகு செய்கிறது. அணி சேவல் - அழகு செய்யும் சேவல், ஆடும் மயில், அணி சேவல் என்று மயிலுக்கும் சேவலுக்கும் அடை கொடுத்துச் சொன்னார் அருண கிரியார்.

ஆடும் பரி வேல் அணி சேவல்.

நடுவில் வேல் என்பதற்கு மாத்திரம் ஓர் அடையும் இல்லாமல் சும்மா வேல் என்று சொன்னார். வேலாயுதத்திற்குப் பல வகையான அடைகள் கொடுக்க வாய்ப்பு உண்டு.

"வீரவேல் தாரைவேல் விண்ணோர் சிறைமீட்ட
தீரவேல் செவ்வேள் திருக்கைவேல் - வாரி
குளித்தவேல் கொற்றவேல் சூர்மார்பும் குன்றும்
தொளைத்தவேல் உண்டே துணை"

என்று வேலின் சிறப்பைப் பாடின புலவர் உண்டு, இங்கே அருணகிரிநாதர் எந்த அடையும் சொல்லாமல் சும்மா வேல் என்று சொன்னார். முன்னும் பின்னும் உள்ள பொருள்களுக்கு அடை கொடுத்தவர் வேலை நடுநாயகமாக வைத்து எந்த அடையும் சொல்லாமல் சொன்னதில் ஒரு சிறப்பு இருக்கிறது.

சிறப்புடைய பொருள்களுக்குப் பலபல அடையாளங்கள் சொல்ல வேண்டியது இல்லை. அடை யின்றி வழங்குவதே அந்தப் பொருளின் சிறப்பைப் புலப்படுத்தும். திருச்சிற்றம்பலக் கோவையார் என்ற நூலின் முதல்

பாட்டில் மணிவாசகப்பெருமான் காட்சி என்னும் துறையை அமைக்கிறார். தலைமகன் தலைமகளைக் கண்டு கூறுவதாக அமைந்தது அந்தப் பாட்டு. அவளை ஒரு கொடி என்று நினைத்து அவன் சொல்கிறான்.

"திருவளர் தாமரை சீர்வளர் காவிக ளீசர்தில்லைக்
குருவளர் பூங்குமிழ் கோங்குபைங்
காந்தள்கொண்டோங்குதெய்வ
மருவளர் மாலையோர் வல்லியின் ஒலகி அனநடைவாய்ந்
துருவளர்காமன்றன் வென்றிக் கொடிபோன்
றொளிர்கின்றதே."

இந்தப் பாட்டில் அந்தத் தலைவியினுடைய அங்கங்களை மலர்களோடு ஒப்பிட்டுச் சொல்கிறான். மற்ற மலர்களுக்கு அடை கொடுத்துவிட்டு, கோங்கு என்பதை எவ்வித அடையும் இல்லாமல் சொல்கிறான். கோங்கு என்பது இங்கே பருவத்தைக் காட்டும் நகிலைக் குறித்தது. 'பருவ மங்கையின் சிறப்புக்கு அடையாளமாகிய உறுப்பு ஆதலின் அதை அடையின் றியே சொன்னார்' என்று அதன் உரை ஆசிரியர் எழுதுவர். "மகளிர்க்கு உறுப்பில் சிறந்த உறுப்பாகிய முலைக்கு உவமையாகப் புணரிக்கப்பட்ட கோங்கிற்கு அடை கொடுக்கக் கடவதன்றோ எனின், அடை கொடுப்பின் பிற உறுப்புகளுடன் இதனையும் ஒப்பித்ததாம்; ஆகலான் இதற்கு அடை கொடா மையே முலைக்கு ஏற்றத்தை விளக்கி நின்றது" என்கிறார்.

ஓர் ஊருக்குப் போகிறோம். அங்கே நூறு ரெட்டியார்கள் வாழ்கிறார்கள். எல்லோருக்கும் ரெட்டியார் என்பது பொதுவான அடையாளப் பெயராக இருந்தாலும் ஒவ்வொருவருக்கும் தனித்தனியே பெயர் இருக்கும். இராமசாமி ரெட்டியார், கிருஷ்ண சாமி ரெட்டியார், சீதாராம ரெட்டியார் என்று வெவ்வேறு பெயர்களோடு இருப்பார்கள். ஆனால் அவர்களுக்குள் மிகவும் பணக்காரர், எல்லோரும் அறிந்தவ ராக உள்ளவர் சீதாராம ரெட்டியார் என்று வைத்துக் கொள்வோம். அவர் மிகச் செல்வாக்கு உள்ளவரானால் அந்த

ஊருக்குச் சென்று ரெட்டியார் என்றால் எல்லோரும் சீதாராம ரெட்டியாரையே நினைப்பார்கள். ரெட்டியார்கள் பல பேர்களாக இருந்தாலும் அடை சொல்லாமல் ரெட்டியார் என்ற அளவில் குறிக்கும் படியாகப் பெரிய சிறப்பு உடையவர் அவர்.

திருக்கோயிலில் ஆண்டவன் நடுநாயகமாக விளங்குகிறான். அங்கே உள்ள ஒவ்வொன்றுக்கும் திரு என்ற அடைமொழி கொடுத்துத் திருக்கோயில், திருவாயில், திருமதில் என்று சொல்கிறோம். ஆனால் இறைவனைத் 'திருச்சாமி' என்று சொல்வது இல்லை. திருநாயனார் என்று அடை கொடுத்துச் சொல்வதில்லை. சுவாமி, இறைவன், நாயனார் என்று சொல்வதே அவன் சிறப்பை விளக்கும். இந்த முறையில் மயிலையும் சேவலையும் ஆடும் பரி என்றும், அணிசேவல் என்றும் அடை கொடுத்துச் சிறப்பித்த அருணகிரியார் வேலுக்கு அமைந்த இயற்கைச் சிறப்பை எண்ணி எந்த அடையையும் கொடுக்காமல் விட்டுவிட்டார்.

வேலின் பெருமை

வேலின் பெருமை விளக்கவொண்ணாத்து. ஆண்டவன் திருக்கரத்தில் எப்போதும் இருப்பது அது. இறைவன் எழுந்தருளும்போது மயில் பெருமை பெறுகிறது. வெற்றி அடைந்து நிற்கும் போது சேவல் கொடி சிறந்து நிற்கிறது. ஆனால் எல்லாக் காலத்திலும் இறைவன் கையில் அழகிய வடிவேல் இலங்குகிறது.

முருகப் பெருமானை வணங்குகிறவர்கள் வேலாயுதத்தில் ஆண்டவனை ஆவாகனம் பண்ணி வழிபடுவது உண்டு. வேலையே முருகப்பெருமானாகக் கோயிலில் வைத்து வழிபடும் வழக்கம் இந்த நாட்டில் இருக்கிறது. பழங்காலத்தில் காவிரிப்பூம்பட்டினத்தில் முருகப்பெருமான் கோயில் இருந்தது. அங்கே வேலை நட்டு அதற்கே பூசை செய்து வந்தார்கள். அதனால் அதை இளங்கோவடிகள், 'வேற்கோட்டம் என்று சொல்கிறார். யாழ்ப்பாணத்தில்

நல்லூர் என்ற இடத்திலும் செல்வச் சந்நிதி என்ற இடத்திலும் திருக் கோயிலில் வேலையே நட்டு முருகனாக வழிபடுகிறார்கள். முருகப்பெருமானுக்கு ஆறுமுகம் இருப்பது போல வேலுக்கும் ஆறு பட்டை உண்டு.

முருகனிடம் இருக்கிற வேலைத் தரிசனம் செய்தோமானால் அடிமுதல் முடிவரையிலும் செல்லும் போது இறைவன் அடி முதல் முடி வரையில் பார்த்துச் செல்லும்படியாக அமைந்திருப்பதைக் காணலாம். வேல் சோதியுள் சோதியாக விளங்குவது. மயில் ஓங்காரமாகிய ஒளி படைத்த பெரும் சோதி. அதன் உள்ளே சோதியாக முருகப் பெருமான் விளங்குகிறான். அவன் உள்ளே சோதி வேல். மின்னல் கீற்றுப் போல அதனைத் தியானம் பண்ணுகிறவர்களுக்கு அந்தச் சிறிய சோதியே விரிந்த பெரும் சோதி தரிசனத்தைப் பெற வைக்கும்.

ஞான சக்தி

வேல் ஞான சக்தியின் வடிவம். முருகப்பெருமான் ஞானபண்டித சாமி. அவன் திருவுருவமே ஞான வடிவம்.

"நீயான ஞான விநோதந்தனை என்று நீ அருள்வாய்" என்று கந்தர் அலங்காரத்தில் அருணகிரியார் பாடுவார். ஞானமே வடிவமான முருகப்பெருமானுடைய உறுப்பாகிய திருவடியும் ஞானமே உருவானது. அவனோடு சார்த்திய உறுப்பாகிய வேலும் ஞானமே வடிவமானது அதனைத் தியானிப்பவர்கள் முருகப்பெருமானைத் தியானிப்பதனால் அடையும் பயனைப் பெறுகிறார்கள். இத்தனை வகையான சிறப்புடைய அந்த வேலை நடுநாயகமாக வைத்து, அடை கொடுக்காமல் அதன் சிறப்புப் புலப்படும்படி செய்தார் அருண கிரியார்.

ஆடும் பரி வேல் அணி சேவல் எனப்
பாடும் பணியே பணியாய் அருள்வாய்.

அவற்றைப் பாடுவதே பணியாக இருக்க வேண்டுமென்றால், வேறு வேலை ஒன்றும் இல்லையா என்றுதோன்றும்.

பணி

ஒரு தாசில்தார் இருக்கிறார். உத்தியோகத்தைத் தவிர அவருக்கு வேறு இரண்டாவது வேலை கிடையாது என்று சொல்கிறோம். அப்படிச் சொன்னால் என்ன பொருள்? அவர் சாப்பிடுகிறது இல்லையா? பந்து விளையாடப் போகிறது இல்லையா? அந்தக் காரியங்களை எல்லாம் அவர் செய்கிறார்.

ஆனால் அவருக்குச் சாப்பாடு போடுகிற தொழில் தாசில் உத்தியோகம் மற்ற மற்ற வேலைகள் இருந்தாலும் எல்லாவற்றையும் விடத் தம்முடைய கடமையாக எண்ணுவது அந்த உத்தியோகம். அந்த உத்தியோகத்தைச் செய்கின்ற அவருக்கு ஊக்கத்தை உண்டாக்கவும், உடல்நலத்தை உண்டாக்கவும் மற்றக்காரியங்கள் துணையாக இருக்கின்றன.

அதுபோல முருகனுடைய அங்கங்களைப் பாடுகின்ற பணியையே முக்கியப் பணியாக, கடமையாகக் கொண்டு அந்தக் கடமையைச் செய்வதற்கு உதவியான காரியங்களைச் செய்யவேண்டும் என்பதே பொருள். உடம்பு பருப்பதற்காக உண்ணாமல் முருகனுடைய அங்கங்களின் பெருமையைப் பாடுவதற்கு ஏற்ற வலிமை பெறுவதற்காக உண்ண வேண்டும். நம்முடைய பொறிகள் சரியான வகையில் அமைவது, பிரபஞ்சத்திலுள்ள பொருள்களின் சுவை நுகர்வதற்காக அன்று. உடம்பாகிய கருவியைக் கொண்டு இறைவழிபாட்டை இடையீடு இல்லாமல் செய்வதற்காகத்தான் கொண்டு வேலை செய்கிறவன் அந்தக் கருவியைத் தீட்டுதல் முதலிய காரியங்களைச் செய்கிறான். அதுபோல உடம்புக்கு வேண்டிய காரியங்களைச் செய்வது அந்தக் கருவியை இறைவன் பணியில் ஈடுபடுத்துவதற்காகத்தான்.

பாடும் பணி

அருணகிரிநாதப்பெருமான் முதல் பாட்டில் தாம் பாடும் பணியைப் புரியவேண்டும் என்று வேண்டிக் கொள்கிறார். இப்போது கந்தர் அநுபூதி மூலமாகச் செய்யப் புகுந்தது பாடும் பணி தான். இதனை வலிமையுறச் செய்ய வேண்டும் என்ற ஆசையினால் தோற்றுவாயிலேயே,

பாடும் பணியே பணியா அருள்வாய்

என்று சொல்கிறார்.

யார் யாருக்கு என்ன என்ன தகுதி இருக்கிறதோ அந்தத் தகுதிக்கு ஏற்றபடி பணிகள் உண்டு.

ஆண்டவனுடைய கோயில் கும்பாபிஷேக கைங்கரியத்தைச் செய்யப் புகுந்தால் அவரவர்கள் தங்கள் தங்கள் இயல்புக்கும் ஆற்றலுக்கும் ஏற்றபடி பணி புரிவார்கள். கல் வாங்கித் தருவாரும், வேலை செய்வாரும், பணமாகத் தருவாருமாகப் பல திருப்பணிகளைச் செய்கின்ற மக்களை நாம் பார்க்கிறோம். மிகுந்த செல்வன் ஒருவன் இரண்டு கல் வாங்கித் தந்தால் அது போதாது. அவனிடத்தில் உள்ள செல்வத்துக்கு ஏற்றபடி நிறையப் பணம் வழங்க வேண்டும். நாம் இறைவனுடைய திருப்பணியில் ஈடுபட்டால் அவன் கோயிலுக்குச் சென்று கும்பிடலாம்; கீழே விழுந்து வணங்கலாம்; பிறர் பாடிய பாடலைப் பாடலாம். அருணகிரியார் அருட்பெருஞ் செல்வர்; செந்தமிழ்ச் செல்வர். அருள் உணர்ச்சியில் தம் அநுபவத்தையும், செந்தமிழ் புலமையினால் வந்த பா வன்மையையும் ஒருமிக்க அமைத்துப் புதிய பாடல்களைப் பாடும் பணியைச் செய்ய ஆசைப்படுகிறார்.

முருகப்பெருமான் அவருக்குத் திருப்புகழைப் பாடுவதற்குரிய ஆற்றலைக் கொடுத்தபோது,

"பக்கரைவி சித்ரமணி பொற்கலணை யிட்டநடை
பக்ஷியெனு முக்ர துரகமும் நீபப்
பக்குவம லர்த்தொடையும் அக்குவடு பட்டொழியப்
பட்டுருவ விட்டருள்கை வடிவேலும்
திக்கதும திக்கவரு குக்குடமும் வைத்துப்"

பாடவேண்டும் என்று உத்தரவு செய்தான் என்பதை முதலில் பார்த்தோம். அதை நினைத்துக் கொண்டே அருணகிரியார் இப்போதும் மயில் முதலியவற்றைப் பாடவேண்டும் என்று நெறி வழுவாமல் சொல்கிறார். "பணம் சம்பாதிப்பதற்கும், உடம்பினாலாகிய சுகத்தைப் பெறுவதற்கும் வேலை செய்கின்ற வாழ்க்கை எனக்கு வேண்டாம். புலமைத் திறத்தினால் பாடுகின்ற நிலை வேண்டும்; உன்னுடைய அங்கங்களையே ஒவ்வொரு நாளும் பாடவேண்டும். வேறு எந்தக் காரியத்தையும் எனக்கு உத்தியோகமாக்கக் கூடாது" என்கிறார்.

"பணியே" என்பதிலுள்ள ஏகாரம் இங்கே பிரி நிலை ஏகாரம். "வேறு ஒன்றுக்கும் நான் பிறக்கவில்லை. உன் திருவருளினால் கருவி கரணங்கள் பெற்று, செந்தமிழ்ப் புலமையைப் பெற்று வாழ்வதனால் உன்னோடு சார்ந்தவற்றைப் பாடுகிற பணியை யன்றி வேறு எதுவும் செய்யக்கூடாது" என்ற கருத்தோடு அப்படிச் சொன்னார்.

பாடும் பணியைச் செய்தவர்கள் பலர் இந்த நாட்டில் சிறந்த ஆசாரிய புருஷர்களாக விளங்குகிறார்கள். சைவ சமயாசாரியர்களாகிய நால்வரும் பாடும் பணியே செய்தார்கள். அந்த அந்தச் சமயத் தலைவராக இருந்தவர்கள் யாவருமே பாடும் பணியைச் செய்து உய்ந்தவர்கள். அத்வைதத்தை நிறுவிய சங்கரர் ஆண்டவனையும், அம்பிகையையும் வாயாரப் பாடியிருக்கிறார். அப்படியே இராமானுஜர் முதலிய சமயாசாரியர்களும் பாடும் பணியைப் புரிந்திருக் கிறார்கள். ஆசாரியர்களின் கூட்டத்தைச் சேர்ந்தவர் அருணகிரிநாதப் பெருமான். பலகாலம் எம் பெருமான்

புகழைப் பாடிப் பாடிச் செம்மை படைத்த நாக்கு அவருடைய நாக்கு.

முன்னாலேயே பாட்டுப் பாடி இறைவனுடைய திருவருள் கைவரப் பெற்ற அருணகிரியார் இப்போது சிறந்த அநுபூதியைப் பெற்று மீண்டும் பாடத் தொடங்குகிறார். அநுபவம் பெறுவதற்குரிய நிலையில் இருந்து பாடிய பாடல்கள் முதல் பாடல்கள். அநுபவம் பெற்ற பிறகு அந்த ஆனந்தாதிசய அநுபவத்தைப் பாடியவை கந்தர் அநுபூதிப் பாடல்கள்.

கயமுகாசுர சங்காரம்

கோயில்களில் விநாயகப்பெருமான் பலவிடங்களில் எழுந்தருளி இருப்பர். வாசலில் இருப்பவருக்குத் துவார கணபதி என்று பெயர். உள்ளே போனாலும் கணபதி இருப்பார். கந்தர் அநுபூதியாகிய சொற்கோயிலின் வாசலில் உள்ள காப்புப் பாட்டில் விநாயகரை வாழ்த்தி உருகினோம். இப்போதும் அந்த விநாயகர் வருகிறார். எம்பெருமானைத் தரிசிக்கும்போது நம் கண்ணில் படுகிறார். இரண்டு பேரையும் ஒருங்கே தரிசித்து அருணகிரியார்,

தேடும் கயமா முகனைச் செருவில்
சாடும் தனி யானை சகோதரனே

என்று பாடுகிறார். விநாயகப்பெருமானுடைய சிறந்த வீரத் திருவிளையாட்டை இந்த அடிகளில் வைத்திருக்கிறார். கயாமுகாசுரன் என்பவன் உலகத்திலுள்ள மக்களுக்கும் தேவர்களுக்கும் துன்பத்தைச் செய்து வந்தான். அந்த அசுரனை அழித்து யாவருக்கும் இன்பத்தை உண்டாக்கினார் கரிமுகவர். புராணக் கதைகளுக்கு உள்ளுறை ஒன்று இருக்கும் என்பதைப் பல சமயங்களில் நாம் பார்த்து வருகிறோம். இங்கே இந்தக் கயமுகாசுரன் கதையிலும் உள்ளுறை ஒன்று இருக்கிறது.

நம்முடைய சமயத்தில் சில சில பொருள்களைச் சில சில உணர்ச்சிகளுக்கு அடையாளமாகச் சொல்வார்கள். யானை என்பது அகங்காரத்திற்கு அடையாளம்.

"ஆங்கார மென்னுமத யானையை"

என்பர் தாயுமானவர், ஆன்மாக்களைக் கட்டுப்படுத்தி வைப்பவை மூன்று மலங்கள் அந்த மூன்றிலும் கடைசியில் போவது ஆணவமலம். ஆணவமலத்தின் வாசனை அருதவரைக்கும் ஆன்மா இறைவன் திருவருள் இன்பத்தைப் பெற இயலாது. அதுதான் மிகமிக வலிமையான மலம். அதனை யானையாக உருவகிப்பது ஒரு வழக்கம். யானையை யானையால் பிடிக்கவேண்டும். இது ஒரு முறை.

"யானையால் யானையாத் தற்று"

என்பது திருக்குறள். ஆணவம் மிக்க ஆன்மாவிடத்தில் ஞானம் புகுந்தால் ஆணவம் ஓடிவிடும். ஞானத்தையும் ஆனையாகச் சொல்வது வழக்கம். ஞானத்தின் திருவுருவமே விநாயகப்பெருமான்.

அகங்காரமாகிய யானையைப் போக்க நாம் ஞான யானையை வழிபடவேண்டும். கயாமுகாசுரன் அகங்காரத்தின் உருவம். கயமுகக் கடவுள் ஞானத்தின் உருவம்.

**"ஐந்து கரத்தனை யானை முகத்தனை
இந்தின் இளம்பிறை போலும் எயிற்றனை
நந்தி மகன்றனை ஞானக் கொழுந்தினைப்
புந்தியில் வைத்தடி போற்றுகின் றேனே"**

என்று திருமந்திரத்தில் திருமூலர் பாடுகிறார். அங்கே "ஞானக் கொழுந்தினை" என்று சொல்கிறார். 'ஞான பண்டித சாமியினுடைய பெருமையைப் பாடவேண் டும்; அவனுடைய அங்கங்களைப் பாடவேண்டும்' என்று சொன்ன அருணகிரிநாதர் ஞானமே வடிவமாக நிற்கும் விநாயகப் பெருமானை இரண்டாம் முறையாக நினைக்கிறார்.

அண்ணனும், தம்பியும் ஞானத்தின் திருவுருவங்கள்.

தன்னை வாழ்த்துவாருக்கு நன்மை உண்டாக்குகின்ற சிறப்புள்ள யானை ஆதலின் தனியானை என்று சொன்னார். கயமுகாசுரன் எங்கே இந்திரியங்களுக்குக் சுகம் இருக்கிறது என்று தேடிக்கொண்டிருந்தான். கொள்ளைக்காரன், எங்கே பொருள் இருக்கிறது என்று தேடுவதுபோல, அந்த அசுரன் தேவலோகத்திலும் பூலோகத்திலும் இன்பம் உள்ள இடங்களிலும் வாழ்வு பெற்ற மக்களையும் சிறந்த நிலையில் வாழும் அமரர்களையும் அழிப்பதற்காகத் தேடிச் சென்றான். அதனால்,

தேடும் கயமா முகனை

என்றார். அப்படித் தேடிக்கொண்டிருந்த அசுரனை கயமுகக் கடவுள் நாடிச் சென்று கொன்றார். மறை வாகக் கொல்லவில்லை. ஆயிரம் பேருக்கு நடுவில் போர்க்களத்தில் அவனைக் கொன்றார்.

செருவில்
சாடும் தனி யானை சகோதரனே!

புகு முகம்

உலகத்தில் எங்கே இன்பமும் வளமும் இருக் கின்றனவோ அவற்றை யெல்லாம் தேடிச் சென்று அழித்தான் கயமுகாசுரன். அவனை நாடிச் சென்று போர்க்களத்தில் கயமுகக் கடவுள் சங்காரம் பண்ணினார். இந்தக் கதையும், இந்த வெற்றியோடு இருக்கிற திருவுருவமும் ஆணவத்தோடு கூடிய ஆன்மாவுக்கு அந்த ஆணவத்தை அழித்தொழிக்கின்ற ஞானத்தைத் தருகின்ற பெருமான் விநாயகக் கடவுள் என்னும் தத்துவத்தைத் தெரிவிக்கின்ற அடையாளங்களாக உள்ளன. அத்தகைய பெருமானுக்குத் தம்பியே என்று புகுகிறார் அருணகிரியார்.

"ஞான வாரணத்தின் சகோதரனாகிய எம்பெருமானே! உனக்கு வாகனமாக நின்று ஆடுகின்ற மயிலையும், ஞான சக்தியாகிய வேலையும், உன்னுடைய வெற்றியின் அடையாளமாக நீ இருக்கும் இடத்திற்கு அழகு செய்கின்ற சேவலையும் பாடுகின்ற கைங்கரியத்தையே என் வாழ்க்கைச் செயலாகத் திருவருள் பாலிக்கவேண்டும்" என்று பிரார்த்தனை செய்கிறார். இந்தப் பாட்டில் முதல் அடியில் இறைவனுடைய அங்கங்களின் சிறப்பையும், இரண்டாவது அடியில் அவனைப் பாடும் பணியையும் பின் இரண்டுஅடிகளில் விநாயகருடைய திருவிளையாடல்களையும், முருகன் அவனுடைய சகோதரன் என்பதையும் கூறினார்.

இறைவனை அவனுடைய அங்கங்களுடன் தரிசனம் செய்து அந்த அங்கங்களைப் பாடுவதால் நமக்கு ஞானம் உண்டாகும் என்பது இப்பாடலின் கருத்து.

ஆடும் பரிவேல் அணிசே வல்எனப்
பாடும் பணியே பணியா அருள்வாய்;
தேடும் கயமா முகனைச் செருவில்
சாடும் தனியா னைசகோ தரனே!

தீங்கு புரியும் பொருட்டு நல்லோர்களைத் தேடிய கயமுகாசுரனைப் போர்க்களத்தில் அழித்த ஒப்பற்ற யானையாகிய விநாயகப் பெருமானுடைய சகோதரனாகிய முருகப் பெருமானே! உனக்கு வாகனமாக நின்று ஆடும் மயில், உன் படையாகிய வேல், அழகு செய்கிற சேவல் என்று சொல்லி அவற்றைப் பாடும் திருப்பணியையே என் வாழ்க்கைச் செயலாக அருள் பாலிப்பாயாக!

என என்று சொல்லி, பணியா - பணியாக.. சகோதரனே (எனக்கு) அருள்வாயாக என்று முடியும்.

முற்றும்.

★ ★ ★

9 788199 925397